அவனும் அவளும்

பிரபஞ்சன்

டிஸ்கவரி பப்ளிகேஷன்ஸ்
எண்: 9, பிளாட் எண்: 1080A, ரோஹிணி பிளாட்ஸ்
முனுசாமி சாலை, கே.கே.நகர் மேற்கு,
சென்னை - 600 078. பேச: 99404 46650

வெளியீட்டு எண்: 0128

அவனும் அவளும் (சிறுகதைகள்)
ஆசிரியர்: **பிரபஞ்சன்**
பிரபஞ்சன் அறக்கட்டளை©

AVANUM AVALUM
Author: **Prapanchan** ©

Discovery 1st Edition : Sep - 2023
160 Pages
Print in India
ISBN: 978-93-91994-89-1
Rs.220

Publisher • Sales Rights

Discovery Publications	**Discovery Book Palace (P) Ltd**
No. 9, Plot,1080A, Rohini Flats, Munusamy Salai, K.K.Nagar West, Chennai - 78. Tamilnadu, India. Mobile: +91 99404 46650	No. 1055-B, Munusamy Salai, K.K.Nagar West, Chennai-600 078. Ph: (044) 4855 7525 Mobile: +91 87545 07070

discoverybookpalace@gmail.com / www.discoverybookpalace.com

இந்த நூலில் பிரசுரமாகியுள்ள எந்த ஒரு பகுதியையும் எழுத்துபூர்வமான முன்அனுமதி பெறாமல் எடுத்தாள்வதோ, மறுபிரசுரம் செய்வதோ, மொழியாக்கம் செய்வதோ, ஊடகங்களில் மறுபதிப்புச் செய்வதோ, காப்புரிமைச் சட்டப்படி தடை செய்யப்பட்டுள்ளது. இந்த நூலிலிருந்து சில பகுதிகளை மேற்கோள்காட்டி நூல்அறிமுகம் செய்யலாம்.

உங்கள் மொபைல் போனிலிருந்து ஸ்கேன் செய்து 'டிஸ்கவரி புக் பேலஸ்' மொபைல் ஆப்பை டவுன்லோடு செய்து, புத்தகங்களை வாங்குங்கள்.

பதிப்புரை

பிரபஞ்சன் எனும் புனைபெயரில் எழுதிய சாரங்கபாணி வைத்திலிங்கம், பிரஞ்சியர் ஆண்ட புதுச்சேரியில் 27.04.1945ல் பிறந்தவர். பள்ளிக் கல்வியைப் புதுச்சேரியிலும், தஞ்சைக் கரந்தைத் தமிழ்ச் சங்கத்தில் புலவர் கல்வியும் கற்றவர்.

1961ஆம் ஆண்டு அவரது முதல் கதை பிரசுரம் கண்டது. 2017 வரை அவர் எழுதிய சிறுகதைகளில் 18 கதைகள் தேர்ந்தெடுக்கப்பட்டு 'அவனும் அவளும்' எனும் தொகுதியாக இப்போது வெளிவருகிறது.

பிரபஞ்சன் கதைகள், மானுட மகத்துவம் பேசுபவை. சாதாரண மனிதருக்குள் புதைந்து கிடக்கும் பரிவை, அருளை, நியாய உணர்வை, ஒரு சினேகிதனின் நெகிழ்ந்த தொனியில் சொல்பவை. ஊற்றுநீர்போலக் கனிந்து, சந்தர்ப்பங்களில் வெளிப்படும் மனிதர்களின் அரிய மானுடத் தருணங்களை இனம்கண்டு, கலாபூர்வமாக விளம்புபவை அவரது கதைகள். பகை, வெறுப்பு, துவேஷம் எதுவுமற்ற மனம் கொண்ட ஈரத் தமிழ்க் கதைசொல்லியான பிரபஞ்சன், தன் காலத்துப் புனைவைச் செழுமைப்படுத்திய எழுத்தாளர். வரலாற்று நாவல் துறையில் ஒரு புதிய பாதை வகுத்தவர்.

கட்டுரைகள், நாடகம் என சமூக இலக்கியத்துறையில் தொடர்ந்து இயங்கிவந்த பிரபஞ்சன் 21.12.2018ல் மறைந்தார்.

தமிழ் இலக்கியத்தில் பிரபஞ்சனின் எழுத்துகள் பொக்கிஷங்களாகப் பாதுகாக்கப்பட வேண்டும். அவரின் சிறுகதைகளை 'டிஸ்கவரி பப்ளிகேஷன்ஸ்' நிறுவனம் மூலமாக வெளியிடுவதில் பெருமை கொள்கிறோம்.

- மு.வேடியப்பன்

(2017ஆம் ஆண்டு பிரபஞ்சன் எழுதிய முன்னுரை)

நான் நிறைவுகொள்ளும் நாள் இது

சிறுகதை என்கிற வடிவம் மிகவும் அழகியது. நுணுக்கமும் ஆழமும் கூடி வாழ்வைத் துலக்கமுற உரைப்பது சிறுகதை. வாழ்வையும், வாழ நேர்ந்த மனிதர்களின் அசலான பிம்பத்தை மிகக் குறுகிய பக்கங்களிலும் வார்த்தைகளிலும் சொல்லிவிடக்கூடிய வடிவமும் அதுவே ஆகும்.

ஒரு மொழியின் பெருமைகளில் ஒன்று கதை. கதைகளை உடைய மொழிகள், காலத்தைக் கைப்பிடித்து யுகங்கள் தாண்டியும் மனிதகுலத்தை அடுத்த பரிமாணத்துக்குக் கொண்டு சேர்க்கின்றன. கதைகள் கதைகளாக மட்டுமே இருந்து பல உள் வினைகள் ஆற்றுகின்றன. அது எதையேனும் சொல்லிக்கொண்டு நிற்கிறதா? இல்லை... அது ஓடிக்கொண்டே இருக்கிறது. ஆனால், அது பேசிக்கொண்டும் இருக்கிறது. நாம் கேட்க நம்மைச் சித்தப்படுத்திக்கொண்டால், ஆற்றிடமிருந்து நிறைய விஷயங்கள் நம்மால் நிரப்பிக்கொள்ள முடியும். நல்ல கதை என்பது ஆறு போன்றது. கதைகள் எப்போதும் இறந்தகாலத்திலேயே சொல்லப்படுகின்றன.

ஏன் எனில், இது இவ்வாறு நிகழ்ந்தது என்பதைக் கதை சொல்கிறது. ஆகவே, கதைகள் இறந்தகாலத்தில் நிகழ்கின்றன. இறந்தகாலம் என்றால், இல்லாமலே ஆன காலம் என்று அர்த்தம் ஆகாது. (தமிழ் இலக்கணம், இறந்ததைத் தழுவி எச்சத்தையும் பார்க்கச் சொல்கிறது.)

நினைவுக் கிடங்கிலிருந்து வெளிவரும் ஒரு சம்பவம் சொற்களாகவே வெளியே வருகிறது. பதிந்துபோயிருந்த அந்தச் சம்பவம் 'நேற்று' நடந்தது. முடிந்ததா என்றால், இல்லை. எதுவும் முடிந்துபோவது இல்லை. முடிந்தது என்று நாம் நினைப்பது ஏதோ ஒரு உருவில் இன்றும் தொடர்கிறது; நாளையும் தொடரும். ஆக, கதைகள் மூன்று காலத்தையும் உள்ளடக்கியவை. அ-காலம் என்று ஒன்றையும் உள் கொண்டது கதை.

எழுதப்பட்ட காலத்திலும் அது கடந்தும் கதைகள் பேசிக்கொண்டே இருக்கின்றன. சங்க வாசகனுக்குத் தொனித்த ஒரு கதை, சோழர் காலத்து வாசகனுக்கு வந்து சேரும்போது, புது அர்த்தம் கொள்கிறது. இன்றைய வாசகனுக்கு, அது இன்னுமொரு அனுபவத்தைத் தரக் காத்திருக்கிறது.

இலக்கியத்தின் தன்மை என்பது இதுதான். நல்ல படைப்பிலக்கியம் காலம் கடந்து ஜீவித்துக்கொண்டே இருப்பதன் சூட்சுமம் இதுதான்.

நல்ல விஷயமாக என் பள்ளிப்பருவக் காலத்திலேயே புதுமைப்பித்தன் கதைகள் வாசிக்கும் நிலை வாய்த்தது. கல்லூரிக் காலத்தில் தி.ஜானகிராமனை, எம்.வி.வெங்கட்ராமனை வாசிக்கவும், சந்தித்து உரையாடவும், நட்புக் கொள்ளவுமான வாய்ப்புகள் கிடைத்தன. தஞ்சை பிரகாஷின் மாபெரும் நூலகம் வாசிக்கக் கிடைத்தது, என் பேறு.

புதுச்சேரியில், இன்று ரோமென்ட் ரோலன் என்ற பெயரில் இயங்கும், அருமையான நூலகத்தில் இருந்த பிரஞ்ச் மற்றும் ரஷ்ய இலக்கியங்களின் தமிழ் மொழிபெயர்ப்புகள், படைப்பிலக்கியத்தின் பல சாகைகளை, பல கோணங்களை, பல பார்வைகளை எனக்கு அளித்தன. 'தொடர்ந்த வாசிப்பு, எழுதுபவர்களுக்கு இருக்க வேண்டியது மிக அவசியம்' என்று வாழ்நாள் முழுக்க சொல்லிக்கொண்டே இருந்தார் க.நா.சு.

அதேபோல, 'தொடர்ந்து எழுதிக்கொண்டும் இருக்க வேண்டும்' என்பார் க.நா.சு. 'தொடர்ந்து தினம்தோறும் எப்படி எழுத முடியும்?' என்று, அவர் புதுவை பல்கலையில் பணிசெய்ய வந்திருந்தபோது கேட்டேன். உடனே அவர், 'முடியாதுதான்... முடியாதபோது, மொழிபெயர்ப்பு செய்யுங்கள்!' என்றார். மொழி ஆக்கம் மூலம், அவர் தமிழுக்குச் செய்த பணியைத் தமிழர்கள் மறக்கக் கூடாது.

1961-ல் என் எழுத்து பிரசுரம் கண்டாலும், 1970-களுக்குப் பிறகே சிறுகதைகள் எழுதுவதில் நான் ஈடுபட்டேன். இத்தனை ஆண்டுகளில் உங்கள் கைகளில் உள்ள கதைகளை என்னால் எழுத முடிந்துள்ளது.

2017-வரை நான் எழுதியிருக்கும் கதைகளின் ஒரு தொகுதி இது. நூல் உருவாக்கத்தில் உழைப்பை நல்கியதோடு, இந்தத் தொகுதிகளை அழகாகவும் செறிவாகவும் வெளியிட்டிருக்கும்,

நண்பர் திரு.மு.வேடியப்பன் அவர்களுக்கு இந்த நேரத்தில் என் மனம் நிறைந்த நன்றியையும் அன்பையும் தெரிவித்துக் கொள்கிறேன்.

இந்தத் தொகுப்புகள் வெளிவந்த இன்று என் 73 வயதில் பிரவேசிக்கிறேன். 27.04.1945-ல் பிறந்து, 1961 முதல் 55 ஆண்டுகளாக எழுதிக்கொண்டிருக்கும் என் மேல் தமிழ்கூறும் நல்லுலகம், நண்பர்கள், வாசகர்கள் கொண்டிருக்கும் அன்பை, நட்பை அவர்கள் இணைந்து நடத்தும் என் பாராட்டு / நூல் வெளியீட்டு / பரிசளிப்பு விழா நிகழ்ச்சிகள் எனக்கு மன நிறைவைத் தருகின்றன. இதற்கென உழைத்த என் அன்பு இலக்கிய உலக வாசகர்களை நினைக்கையில் என் மனம் ஈரம் கொள்கிறது. தமிழர்கள், தம்மை நேசிக்கும் இன்னொரு தமிழனை எப்போதும் நினைவு கொள்வார்கள் என்பது மீண்டும் நிரூபணம் ஆகி இருக்கிறது. என்னைப் பாராட்டுவது என்பது, இப்போது எழுதத் தொடங்கி இருக்கும் எழுத்தாளர்களைக் கௌரவிப்பது என்றே பொருள் கொள்ள வேண்டும்.

என் அன்பு வாசகர்கள் காலந்தோறும் தோன்றிவரும் கலைஞர்கள் எழுத்தாளர்களைக் கௌரவித்தபடி இருக்க வேண்டும் என்பதே நான் கூற விரும்பும் இந்த நாள் செய்தியாகும். தேவையான நேரம் அளவாகப் பெய்யும் மழையாக நாம் இருப்போம்.

சென்னை - தமிழ்நாடு
2017

தோழமையுடன்,
பிரபஞ்சன்

பொருளடக்கம்

1. அவனும் அவளும் 09
2. ஆகஸ்ட் 15 17
3. உறை 27
4. ஒரு நெகடிவ் அப்ரோச் 35
5. ஓர் ஏழை நாடும் ஒரு பரம ஏழையும்! 41
6. கமலா டீச்சர் 48
7. கரிய முகம் 58
8. காக்கைச் சிறகு 64
9. காக்கைச் சிறகு 2 73
10. சிக்கி 83
11. சிறுமை கண்டு 92
12. சின்னஞ் சிறு வயதில் 102
13. பப்பா 111
14. பிறை 118
15. மோகனா 125
16. ஆதி என்னும் நண்பன் 133
17. உக்ரம் 143
18. நீயும் நானும் வேறு வேறு 154

அவனும் அவளும்

அவளுக்கு ஆச்சரியமாய் இருந்தது.

அன்று வெயில் அவ்வளவு உஷ்ணமாய் இல்லை. முதல் நாள் இரவு மழை பெய்திருந்தது. ஆகவே அந்தப் பதினொரு மணி, இரண்டும் கெட்டான் மதியப் பொழுதிலும், காலைக் காற்றின் குளிர்ச்சி இருந்தது. அதைக் குலைப்பதற்காகவோ என்னவோ, மோகன் நிஷாவைத் தேடி வந்து "ஒரு நிமிஷம் உன்னோடு பேச வேண்டும்" என்றான்.

"ஏன்? இரண்டு நிமிஷங்கள்கூட நீ பேசலாமே" என்று தனக்கு எதிரில் இருக்கற நாற்காலியைக் காட்டினாள் நிஷா.

"பிஸியாக இருக்கிறாயா, என்ன?" என்றான் மோகன். நிஷா, பிஸியாக இருக்கும் பட்சத்தில், பிறிதொரு சமயம் பேசலாம் என்பது அவன் எண்ணமாய் இருந்திருக்கும்.

"பிஸியாகவும் இல்லை, சும்மாவும் இல்லை. இந்த ரிப்போட்டை இன்று மதியம் லஞ்ச்சுக்கு முன்னால் முடித்துக் கொடுப்பதாக வாக்களித்திருக்கிறேன். முடிந்தவரை காப்பாற்ற வேண்டும்."

"என்ன ரிப்போர்ட்?"

"கோடையை அடுத்து வரும் வறட்சியை, குறிப்பாக குடி தண்ணீர் பிரச்சினையை, சென்னை மாநகரில் எவ்வாறு சமாளிப்பது என்பது குறித்த ரிப்போர்ட்..."

மோகன் சிரித்தான்.

"சிரிப்புக்குரிய விஷயம் இதில் உனக்குத் தென்படுகிறதா மோகன்?" என்றாள் நிஷா, கொஞ்சம் கோபத்தோடு.

"சேச்சே... இந்த ரிப்போர்ட் சம்பந்தப்பட்டவர்களிடம் போய்ச் சேர்வதற்குள் மழையும் பெய்து, அடுத்தக் குளிர்காலமும் வந்துவிடும். மக்களும், அவர்களுக்கு அரசர்களாக இருப்பவர்களும் இந்தப் பிரச்சினையையே மறந்து விடுவார்கள். நெற்றி வியர்வையை வெளியேற்றி, மூளையைக் கசக்கிப் பிழிந்து நீங்கள் தயாரித்திருக்கிற இந்த ரிப்போர்ட்டும் மறக்கப்பட்டு விடும் என்பதைக் கொஞ்சம் எண்ணிப் பாருங்கள். இந்தத் தேசத்தில், உண்மையான உழைப்புக்கு ஒரு சல்லிக் காசு மரியாதைகூடக் கிடையாதே..."

"அதற்காக...? மூளை உள்ளவர்கள் சும்மா இருந்து விடக்கூடாதே. மாசத்தின் கடைசித் தேதி சுளையாகச் சம்பளம் வாங்கும்போது மனசு குத்தக்கூடாது அல்லவா. என்னவோ சொல்ல வேண்டும் என்றாயே... சொல்."

"இங்கே வேண்டாம்... கொஞ்சம் வெளியே வரமுடியுமா?" ஆபீசுக்கும் தெருவுக்கும் இடையே கொஞ்சம் மரங்களும் செடிகளும். ஒரு மஞ்சள் கொன்றை, சுத்தமாக இலைகளை உதிர்த்து விட்டு வெறும் பூக்களாகவே புஷ்பித்துக்கொண்டு நின்றிருந்தது. உதிர்ந்த பூக்கள் மண்ணை இடைவெளி இல்லாமல் போர்த்திக்கொண்டிருந்தன.

மரத்துக் கீழே வந்து நின்றார்கள் மோகனும், நிஷாவும்.

"என்ன?" என்றாள் நிஷா.

அவன் தயங்கினான்.

"கடனா பணம் வேணுமா?"

"சேச்சே"

"அப்புறம் என்ன தயக்கம், சொல்லுப்பா..."

"ஐ லவ் யூ நிஷா"

"வாட்?"

குபுக்கென்று அவளுக்குள் ஓர் ஆச்சர்யம் குமிழ்ந்து எழுந்தது. வெயில் இன்னும் உறைக்காத, குளிர்ச்சியாகவே இருந்தது சுற்றுச் சூழ்நிலை.

கண்கள் விரிய, புருவம் உயர அவனையே பார்த்தாள் அவள். சிரித்தாள்.

"பரவாயில்லை, சந்தோஷம். ரகு மாதிரி லெட்டர் தராமப் போனியே... அந்த வரையிலும் நிம்மதி" என்றாள்.

"ரகு லெட்டர் கொடுத்தானா? என்ன லெட்டர்...?"

"லவ் லெட்டர்தான். அது சரி, நீ ஏன் இப்படி அதிர்றே?"

"நீ என்ன சொன்னே...?"

"முழுசாகவே நான் உன் முன்னாலே நிக்கறேன். லவ் பண்ணத் தெரியற உனக்கு அதை கௌரவமா, என் முகத்தை நேருக்கு நேரா பாத்து ஏன் சொல்ல முடியலை? எதுக்கு லெட்டர்? லெட்டருக்கு என்ன அவசியம்? பயமா? உடனே செருப்பைக் கழட்டி கையில் எடுத்திடுவேன்னா... ஒரு பெண்ணிடம் கௌரவமா உன் ஆசையைத் தெரிவிக்கக்கூடத் தெரியலையே உனக்கு, அப்படீன்னேன்"

"அதுக்கு ரகு என்ன சொன்னான்?"

"டிரான்ஸ்பர் வாங்கிட்டு மெயின் பிராஞ்ச்சுக்கே போயிட்டான்"

நிஷா சிரித்தாள். மோகன் சிரிக்கவில்லை.

"இன்னும் பதில் சொல்லலையே நிஷா...?"

"என்ன பதிலை எதிர்பார்க்கிறே...?"

"இப்படிச் சொன்னா..."

"எனக்குக் கொஞ்சம் டைம் கொடு மோகன்... நீ கேட்டது பேனாவா, பென்சிலா? உடனே எடுத்துக் கொடுக்க... ஐ ஹாவ் டு திங்க்..."

தம்பி தங்கைப் பாப்பாக்களைச் சுமக்க வேண்டிய சிறுவர்கள் சுண்டல் டின்களைத் தூக்கித் திரிகிற கடற்கரை. மோகனும், நிஷாவும் மணலில் அமர்ந்திருந்தார்கள்.

"என் வயது 32 தெரியுமா?" என்றாள் நிஷா.

"கல்யாணத்தைப் பத்தியெல்லாம் நீ சிந்திச்சதே இல்லையா நிஷா...?" என்றான் மோகன்.

"இதுவரைக்கும் எனக்கு டைமே கிடைக்கலியே மோகன். எம். ஏ. முடிக்கிறதுக்குள்ளே இருபத்திரண்டு ஆயிட்டது. பி. எச். டி.க்கு மூணு வருஷம். நான் சீக்கிரமாத்தான் தீசிசை எழுதி முடிச்சுட்டேன். என்னோட புரபசர் டிலே பண்ணான். அவனோட

நான் ஒத்துழைக்கலைன்னு கோபம் அவனுக்கு. புரியுதா? ஒத்துழைக்கலைன்னா... அப்புறம் இந்த வேலை, அப்பாடான்னு ஈசி சேரில் சாய்ந்த களைப்பு, ஆச்சு ஏழு வருஷம், என்னோட சொந்தக்காரங்கள் நிறைய பேர், என்னைப் பெண் கேட்டு வரத்தான் செஞ்சாங்க. நல்ல சிவப்புத் தோல். நாலு இலக்கச் சம்பளம். விடுவானுங்களா? நான்தான் போங்கடான்னுட்டேன்... இரண்டு பேரு சேர்ந்து வாழறதுக்கு எது எது எல்லாம் தேவையே இல்லியோ, அது அது எல்லாந்தான் இங்கே கல்யாணத்தையே தீர்மானிக்குது... கல்யாணம்கிறதே இங்கே பொய்யாகிட்டிருக்கு."

"கல்யாணம் ஒரு புனிதமான உறவு... இல்லையா...?"

"இல்லை."

"இல்லையா?"

"ஏன் அதிர்றே? நிதானமா யோசி, புரியும். அது ஒரு உறவு, அவ்வளவுதான். அதில் புனிதமென்ன? அழுக்கென்ன? ஓர் ஆணும் ஒரு பெண்ணும் இஷ்டப்பட்டுக் கொடுத்து வாங்கிக்கிறதுதானே இந்த உறவு. இதில் அழுக்கு எங்கே வந்தது? இல்லை புனிதந்தான் எங்கே வந்தது?"

போகும்போது அவன் கேட்டான்.

"எனக்கு இன்னும் பதிலே சொல்லலை நீ..."

"வெயிட், நான் யோசிக்கணும்"

உணவு மேசையின் நடுப்பகுதியில் மட்டும் வெளிச்சம் விழும்படியும், உண்பவர்கள் முகம் மறையும் படியும் ஒளி அமைப்பு செய்யப்பட்ட அந்த உணவு விடுதியில் ஒரு மேசையின் எதிர் எதிராக மோகனும் நிஷாவும் அமர்ந்திருந்தார்கள்.

பரிசாரகரிடம் "இரண்டு காபி" என்றான் மோகன்.

"வெயிட், நான் காபி சாப்பிடுவதில்லை. எனக்கு ஒரு ஜூஸ். லெமன் அல்லது கிரேப்" எனப் பரிசாரகரிடம் சொல்லிய நிஷா அவர் சென்ற பிறகு, மோகனைப் பார்த்து, "எனக்குக் காபி வேண்டுமா, இல்லை வேறு ஏதாவது வேண்டுமா என்று அறியாமலே, எனக்கும் சேர்த்து எப்படி ஆர்டர் பண்ணுகிறாய் மோகன்?" என்றாள்.

அவன் அசடு மாதிரி சிரித்தான். "உனக்கும் காபி பிடிக்கும்னு நெனைச்சேன்..." என்றான்.

"அது எப்படி? உனக்குப் பிடிக்கிறது எல்லாம் எனக்கும் பிடிக்கணும்னு விதியா என்ன? நாமெல்லாம் தனி மனிதர்கள். மனிதர் ஒவ்வொருத்தருக்கும் ஒவ்வொன்று பிடிக்கும். இந்த விருப்பு வெறுப்புகளைக் கௌரவிக்கிறதுதானே நாகரிகம்?"

"எஸ், ஐ அக்ரி... நான் புரிந்து கொள்கிறேன்" என்றான் மோகன்.

அடுத்த சில நிமிடங்கள் அங்கு மிகச் சங்கடமான மௌனம் நிலவியது. நிஷா அதைக் கலைத்தாள்.

"ஒரு நிமிஷம், உன்னிடம் கேட்க நினைத்தது. நம் ஆபீசில், என்னிலும் ஸ்மார்ட்டான பெண்கள் நிறைய பேர் இருக்கிறார்கள். மார்கரெட் இருக்காங்க... ரோஜாவைவிட அழகாக இருக்கு இந்த ஆஷா பட்டேல்! உன்கிட்ட ரொம்ப நெருங்கி வர ஆசைப்படும் ஷிவானி மிஸ்ரா இருக்கா... எல்லாரையும் விட்டுட்டு என் மேல உனக்கு எப்படி ஆசை வந்துச்சு?"

"அவங்கள்லாம் தமிழ்ப்பெண் இல்லியே" என்றான் மோகன்.

நிஷா, பக்கத்தில் இருப்பவர்கள் திரும்பிப் பார்க்கும் விதத்தில் சிரித்தாள். பிறகு தவறுக்கு வருந்துவதுபோல், "ஐ ஆம் சாரி" என்றாள். பிறகு சொன்னாள்.

"அன்பு செய்யற மனசுக்கு மொழி வித்தியாசம் எப்படி வரும் மோகன்? ஒவ்வொருத்தர் நெத்தியிலேயும், நான் தமிழச்சி, நான் பஞ்சாபி, நான் யூ.பி, நான் இங்கிலீஷ், நான் ஜெர்மன்னு பச்சையா குத்திவச்சிருக்கு? யூ. நோ... நான் தமிழச்சி இல்லை"

"இல்லையா? கும்பகோணம் வெங்கட்ராமையர் மகதானே நீ?"

"லுக்... நான் நிஷா. ஒரு மனுஷி. அப்புறம் நான் தமிலும் பேசறேன். மிஸ்டர் வெங்கட்ராமன் என்னோட தகப்பனார். ஒவ்வொரு உயிரும் ஒரு மனுஷன் மூலம்தானே பிறக்க முடியறது. ஆகவே, அவர் எனக்குத் தந்தையா நேர்ந்தது ஒரு நிகழ்ச்சி அவ்வளவுதான். அதனாலேயே வெங்கட்ராமனடோ நம்பிக்கைகளையும் நான் பிதுரார்ஜிதமாக எடுத்துக்க முடியாது. அவரோட எதிர்பார்ப்புகளுக்கும் நான் பாத்திரமாயிட முடியாது. அவர் அவரோட வாழ்க்கையையும் நான் என் வாழ்க்கையையும் எங்களுக்குப் பிடித்த தினுசில் வாழ்ந்துகொண்டிருக்கிறோம். நாளைக்கே இந்த நாடு எனக்குப் பிடிக்காமே போயிடலாம். எங்கேயாவது ஒரு ஆப்பிரிக்க நாட்டில் நான் வாழ நேரலாம்..."

நிஷா அடுத்துச் சில நிமிஷங்கள் தன்னை, தன் மனப் போக்குகளை வெளிப்படுத்திக்கொண்டாள், எதிராளி தன்னைப் புரிந்து கொள்ள வேண்டும் என்கிற ஆவலினால் மட்டுமே, பிசிர் இல்லாத குரலில் தொனியில்! மோகனுக்கு அன்று காபி ரொம்பக் கசந்தது.

அன்று அலுவலக நேரம் முடிந்தவுடன் மோகன் சீட்டுக்கு வந்தாள். "ஓர்க் முடிஞ்சுதா மோகன்?" கொஞ்சம் வாயேன் நடக்கலாம்..." என்றாள்.

பரபரப்போடு சந்தோஷத்தோடு மோகன் உடனே கிளம்பினான்.

மாலை விளக்கு ஏற்றும் நேரத்தில் அந்தப் பாதை சந்தடி அடங்கி, கொத்துக் கொத்தாய் இருட்டும் வெளிச்சமுமாய் இருக்கும் வீடுகள் தெருவை விட்டு உள்வாங்கி, செடிகளுக்கும் புற்களுக்கும் விட்டுக் கொடுத்து நிற்கும்.

ஆள் அரவமற்ற தெருவில் நடப்பது மிக இனியது. குறிப்பாய் அதிகாலையிலும், மாலையிலும் மெல்ல நடந்தார்கள். நிஷா சொன்னாள்:

"நான் நல்லா யோசிச்சுட்டேன் மோகன், நீ என்னை மன்னிக்கணும்... நாம் கல்யாணம் செய்து கொள்ள முடியாது"

மோகன் அதிர்ச்சியுடன்தான் அவள் சொல்வதைக் கேட்டான். இரத்தம் குபுக்கென்று அவன் தலைக்குள் பாய்ந்ததை அவனால் உணர முடிந்தது.

நிஷா திரும்பி, அவன் விரல்களைத் தன் கையில் எடுத்துக்கொண்டாள்.

"என் மேல் உனக்குக் கோபம்தானே?" என்றாள்.

அவன் தலையை அசைத்தான்.

"பொய் சொல்லாதே. கோபம் இருக்கும். தயவு செய்து என்னைப் புரிந்து கொள் மோகன்"

அவன் கல் பரவிய தரையைப் பார்த்துக்கொண்டே நடந்து வந்தான். அவள் தொடர்ந்தாள்.

"உனக்கு எப்படியும் நான் நன்றி சொல்ல வேண்டும், உன் கோரிக்கைக்காக. அதை நான் நிகாரகரிக்கிறேன் என்பதால் உன்னைப் புறக்கணிக்கிறேன் என்று நினைத்து விடாதே. நாம்

நல்ல நண்பர்களாக இருப்போமே. கணவன் மனைவியாகத்தான் நட்பை மாற்றிக்கொள்ள வேண்டிய கட்டாயம் இல்லையே...”

“நிஷா... என்னை நீ விரும்பாததுக்கு ஏதேனும் காரணம் இருக்கா?”

“ஐயோ நான் ‘உன்னை விரும்பலேன்னு ஏன் நினைக்கிறே?’ கணவனா, வாழ்க்கையைப் பங்கேற்கிறவனாத்தான் எனக்கு நீ வேண்டாம் என்கிறேன். நல்ல சினேகிதனா நீ இருக்க முடியாதா?”

அவனிடம் இருந்து பதில் வராது. நிஷாவே தொடர்ந்தாள்.

“மோகன், ஓர் ஆசாரமான குடும்பத்தைச் சேர்ந்தவன் நீ. அந்த ஆசாரங்கள், சடங்குகள், சம்பிரதாயம் எல்லாவற்றின் மேலும் உனக்கு மரியாதை இருக்கிறது. எனக்கு இல்லை. அதனால் உன்னுடைய நம்பிக்கைகள் தவறு. அதை நீ மாற்றிக் கொள் என்று சொல்லமாட்டேன். எனக்கு அது உடன்பாடு இல்லை. அவ்வளவுதான். உன் மேசையின் மேல் அந்த முனிவர் படத்தை ஒட்டி வைத்திருக்கிறாய். கெமிஸ்ட்டிரி கட்டுரைகளைக்கூட, ‘ஸ்ரீ ராமஜெயம்’ எழுதித்தான் ஆரம்பிக்கிறாய். ஆயுத பூஜை வந்தால், மேசைக்கும், நாற்காலிக்கும், உன் ஸ்கூட்டருக்கும் பூசை போடுகிறாய். உனக்கு அதிலெல்லாம் நம்பிக்கை இருக்கு. மரபு வழிப்பட்ட மனிதனாய் இருப்பதில் பாதுகாப்பை நீ உணர்கிறாய். நல்லது. எனக்கு இவை எல்லாம் அர்த்தம் இழந்தவையாகப்படுகிறது மோகன். நெருப்பை வளர்த்து, அம்மி மிதித்து, அருந்ததி பார்த்து, நீ கட்டுகிற தாலியை, கழுத்தில் ஏற்றுக்கொண்டு உனக்குப் பிள்ளைகளைப் பெற்றுக்கொண்டு, உன்னைச் சார்ந்து உன் மனுஷியாக வாழ, என்னால் முடியாது மோகன். எதை ஆதாரமாக வைத்து நாம் குடும்ப வாழ்க்கையை மேற்கொள்கிறோமோ அந்த ஆதாரத்தின் மேலேயே எனக்கு நம்பிக்கையில்லாமல், நான் உனக்கு உண்மையான மனைவியாக எப்படி இருக்க முடியும்? உனக்காக நான் உன் வழிபட்டால், என் கருத்துகள், என் சிந்தனைகள், என் உலகம் என்னாவது? யாருக்கு வேண்டுமானாலும், பணம் கொடுக்கலாம். ஆனால், வாழ்க்கையைத் தூக்கிக் கொடுக்க முடியுமா? அதனால”

ஆள் அரவமற்ற அத்தெருவைக் கடந்து நகருக்குள் அவர்கள் வந்திருந்தார்கள்.

“மோகன், என் வீடு இங்கேதான். ரொம்பப் பக்கம். தயவு செய்து என் வீட்டுக்கு வாயேன், உனக்கு நல்ல காபி போட்டுத் தரேன்.”

கடைத்தெரு வெளிச்சம் வந்தது. வெளிச்சத்தில் மோகன் முகம் பார்த்தாள் நிஷா. அது தெளிவாய் இருந்ததாய்த்தான் தெரிந்தது.

ஏழு எட்டு அடுக்குகள் கொண்ட அந்தக் காம்ப்ளக்சில் தன் ஃபிளாட்டைத் திறந்து உள்ளே சென்றாள் நிஷா. மோகனும் தொடர்ந்தான். வரவேற்பறையில் இருந்த சோபாக்களில் ஒன்றைக் காட்டி "உட்கார்..." என்றாள். அவன் அமர்ந்தான். கண்ணை உறுத்தாத இளம் சாம்பல் நிறமாய் இருந்தது சுவர். ஒரே ஒரு பெரிய நவீன ஓவியம் மட்டும் அதில் இருந்தது. அழகான பீங்கான் தொட்டிகளில் செடிகள். சூழல் மனிதனுக்கு இதம் தருவது என்பது உண்மை.

காபியோடு வந்து, அவன் முன் அதை வைத்தாள். அவன் அதை எடுத்தான். சுவைத்தான்.

"பிரமாதம்" என்றான். பிறகு, "உனக்குக் காபி பிடிக்காது, எப்படி இவ்வளவு நல்லா காபி போடறே?"

"எனக்குத்தான் காபி பிடிக்காது. என் நண்பர்களுக்குப் பிடிக்குமே! அவர்களுக்குப் போட்டு போட்டு நானும் ஒரு நிபுணி ஆயிட்டேன். என்னால் முடிந்ததை என் நண்பர்களுக்குக் கொடுக்கிற சந்தோஷம். முடிந்ததைத் தரவேணும் இல்லியா?"

மோகன் தீவிரமான முகத்தோடு "உண்மை" என்றான்.

நிஷா எழுந்து சென்று டேப் ரிக்கார்டரை இயக்கி விட்டு வந்தமர்ந்தாள். அடுத்த அரை மணி அவ்வறை இசையால் நிரம்பியது. சரோதும், சாரங்கியும், அந்த மாலைக்கும், இருப்புக்கும் சூழ்நிலைக்கும் புதுப்புது அர்த்தங்களைத் தந்தன.

மோகன் எழுந்து விடை பெற்றான்.

"நாளை லீவ்தானே? உனக்கு வேறு ஒன்னும் அப்பாய்ன்ட் மென்ட் இல்லேன்னா, என் வீட்டுக்கு வாயேன் நிஷா..." என்றான் மோகன்.

"ஓ... ஷ்யூர். அவசியம் வருகிறேன். மாலை அஞ்சு மணிக்கு வரட்டுமா...?"

"சரி"

அவர்கள் இனிய நண்பர்களாகப் பிரிந்தார்கள்

1992

ஆகஸ்ட் 15

கிருஷ்ணமூர்த்திக்கு திடுமென விழிப்பு ஏற்பட்டது. சுவர்க் கடிகாரம் பதினொன்று இருபது என்றது. பத்து மணிக்குப் படுத்தான். அதற்குள் விழிப்புத் தட்டிவிட்டது. பல யுகங்கள் தூங்கி எழுந்த தெளிவு உடம்பில் வந்துவிட்டதாக அவன் உணர்ந்தான். ஜன்னலுக்கு வெளியே ஏதோ பற்றி எரிவது மாதிரி பிரகாசமாய் இருந்தது. எழுந்து ஜன்னலண்டை சென்று நின்று வெளியைப் பார்க்கையில், நிலா வீணே எரிவது தெரிந்தது. மொட்டை மாடிக் கைப்பிடிச் சுவருக்கும் ஆகாயத்துக்கும் இடையே காக்காய்ப் பொன் துகள்கள் காற்றில் பறந்தன. நிலவு வறிதே எரிவது கஷ்டமாகத்தான் இருந்தது. அறைக் கதவை திறந்துகொண்டு, கைப்பிடிச் சுவரை அணைந்து நின்றான்.

தெரு, ஆட்டம் முடிந்த சினிமாக் கொட்டகை மாதிரி வெறிச்சென்று கிடந்தது. மனிதர்களின் பரபரத்த ஆக்கிரமிப்பு இன்றி, குளித்து விட்டு வந்து நிற்கிற குழந்தையைப்போல இப்படி மினுமினுத்துக்கொண்டு கிடக்கிற தெரு ஆச்சர்யம் தருவதாய் இருந்தது. அப்படியே அதைச் சுருட்டிப் பையில் வைத்துக் கொள்ள வேண்டும் போலவும் இருந்தது.

இப்படி அமுதமாய்ப் பொங்கி, நிலா ஊருக்கு வார்த்துக்கொண்டிருக்கையில் படுக்கையில் படுத்துக் கண்களை மூடிக் கொள்வது என்பது நல்ல ரசனை அல்லவே! அவன் கைலியை நன்கு சுருட்டிக்கொண்டு, கோட் ஸ்டாண்டில் தொங்கின ஜிப்பாவை எடுத்து

அணிந்து, படி இறங்கி, தெருப்படிக் கதவைப் பூட்டிக்கொண்டு தெருவுக்கு வந்தான்.

காற்று கரையை உடைத்தேறும் அலையைப்போல அவனை மோதிக் கிறங்கச் செய்தது. என்றுமே சரியான நேரம் காட்டாத மணிக்கூண்டுக்குக் கீழே இருக்கும் டீ கடையில் ஒரு டீ சொல்லிக் குடித்தான் மூர்த்தி. தேநீர் என்பது இரவுடன் பிறந்த பானம் போன்றது, இரவோடு ஒத்திசைந்திருந்தது. உடம்புக்கும் மனசுக்கும் புதுத்தெம்பு ஊறியது. டீ கடையிலேயே ஒரு சிகரெட்டை வாங்கிப் பற்ற வைத்துக்கொண்டான். கைலியைத் தூக்கி மடித்துக்கொண்டான். கடற்கரையை பார்த்து நடந்தான்.

கடல் இரைச்சல் இட்டுக்கொண்டிருந்தது. சற்று நிதானித்தால் புரிந்துக் கொள்ளக் கூடிய பாஷைதான். எதைத்தான் புரிந்து கொள்ள முடியாது? ஒப்புக் கொடுத்தல் என்னும் சமர்ப்பணம் கை வந்தால் எதுவும் சாத்தியம்தான்.

கடல், மூர்த்தியை நல்வருகை சொல்லி வரவேற்றது.

எது எதனை ஆக்ரமிக்கிறது? கடல், மண்ணையா?, உலகம் கடலையா? இந்த யுகாந்திர பலாத்காரம் எப்போது தொடங்கிற்று. ஹிம்சைகள் தவிர்க்க முடியாத ஓர் உலக நியதிதானா?

மூர்த்தி தன் முன் விரிந்திருக்கும் இந்த அகண்டாகாரத்தில் லயித்துப் போய், கரையை ஒட்டின சிமெண்ட்டுக் கட்டையில் அமர்ந்திருந்தான். தன்னை மறந்திருந்த அவனை "யார்றா அது?" என்னும் அண்மைக் குரல் பூமிக்கு அழைத்து வந்தது. அவன் திரும்பினான்.

இரண்டு போலீஸ்காரர்கள் நின்றிருந்தார்கள். ஒருவர் பிரும்மாண்டமான பருமனும், அதனினும் பெரிய வயிற்றையும் கொண்டிருந்தார். சட்டை அந்தப் பருமனுக்குக் தாங்காது கவ்விக்கொண்டிருப்பது மாதிரி இருந்தது. அடுத்தவர் ஈர்க்குச்சி மாதிரி மெலிந்தும், நோயாளியைப்போல வெளுத்தும், வெம்பிப் போன மாங்காய் மாதிரியும் இருந்தான். ஏதோ உள்நோயினால் அவஸ்தைப் படுகிறவரைப்போலக் காணப்பட்டார். பருமனாக இருந்தவர் மூர்த்தியைப் பார்த்து "யார்றா நீ...? இந்த நேரத்துல இங்கே என்ன வேலை?" என்றார். மூர்த்திக்கு அக்கேள்வி மிகுந்த ஆச்சர்யத்தைத் தந்தது. மதிலேறிக் குதித்தவனைக் கையும் களவுமாகப் பிடித்து விட்டவர் மாதிரி அவர் பேசினார்.

"சும்மாத்தான். நல்ல நிலாக் காலம். ரசிக்கலாம்னு வந்தேன்" என்றான் மூர்த்தி. அந்த இரண்டு காவலர்களும் இந்த பதிலைக் கேட்டு ஆச்சர்யமுற்றவர்களைப்போல ஓரடி பின்னிட்டனர். பருமனார் அவன் முகத்தையும் ஆடைகளையும் தீவிரமாகப் பரிசீலனை செய்து பின் சொன்னார்.

"சந்தேகமா இருக்கு. தெளிவான பதிலாச் சொல்லலியே. பின்னயும், கைலி வேற உடுத்தியிருக்கே. ஊர்...?"

மூர்த்தி மேலும் ஆச்சரியத்தில் முழுகிப் போனான். அவன் இதைக் காட்டிலும் தெளிவாக என்ன பதிலைச் சொல்ல முடியும்? தவிரவும் கைலி உடுத்தியிருப்பதும் எப்படி சட்டப் புறம்பான விஷயமாக இருக்க முடியும்?

"என்ன வேலை பார்க்கிறே நீ?"

"வாத்தியார்."

"வாத்தியார்னு சொல்றே, அதுக்குத் தகுந்த நடை உடை இல்லியே. புள்ளைகளுக்கு நல்ல பாடம் சொல்லித் தர வேண்டிய நீயே பைத்தியம் மாதிரி இப்படி நடு ராத்திரியிலே கடற்கரையிலே வந்து உட்கார்ந்துக்கிட்டு இருக்கே. சந்தேகமாயில்லே இருக்கு. ஊம்..."

பருமர், ஒல்லியரைப் பார்த்தார். ஒல்லியர் மிகுந்த சிரமப்பட்டு மூச்சு விட்டுக்கொண்டிருந்தார். அவருக்கு ஆஸ்துமா இருக்கும்போலத் தோன்றியது மூர்த்திக்கு. அந்த இரண்டு பேரும் இரண்டடி தள்ளிப் போய் என்னவோ தங்களுக்குள் பேசிக்கொண்டார்கள். திரும்பி அவனை நெருங்கி நின்றார்கள். பருமர் சொன்னார்.

"நீ எதுக்கும் ஸ்டேஷன் வரைக்கும் வந்து ஐயாவைப் பார்த்துட்டு வந்துடு. வா போகலாம்."

"ஐயான்னா யார்?"

"ஸப் இன்ஸ்பெக்டர்" என்று பருமன் எரிச்சலோடு சொன்னார்.

"அவரைப் பார்த்து நான் என்ன சொல்லணும்.?"

"..."

பருமராகிய அந்த அரசு ஊழியர், எழுதத் தக்கதல்லாத ஓர் ஆபாச வார்த்தையைப் பிரயோகப்படுத்தினார். அப்புறம் "நடடா டேசனுக்கு" என்றார்.

மூர்த்தி அவர்களுடன் நடக்கத் தொடங்கினான். நிலவு படிப்படியாக மஞ்சள் வர்ணத்தைக் கொட்டி, உலகத்தைப் பொன் செய்துகொண்டிருந்தது. நிலவின் வாசனை அவனை நிறைத்து, அதன் பின் அவனைச் சுற்றி வியாபிப்பதாக அவனுக்குத் தோன்றியது. நிலவு ஒரு புஷ்பம். அதிலிருந்து பூச் சிதறல்களை மிதித்து விடக்கூடாது என்பது மாதிரி, மூர்த்தி அவர்களுடன் நடந்தான்.

கடைத் தெருவை ஒட்டின காவல் நிலையத்துக்கு அவர்கள் வந்து சேர்ந்தார்கள். ஒரு பழங்கால மேசையின் முன் நடு வயதினராகக் காட்சி அளித்த ஒருவர், சப்தம் கேட்டு விழித்து எழுந்தார். உறக்கம் கெட்டதில் அவர் அமைதி குலைந்தது தெரிந்தது.

"என்னயா?" என்று முகத்தைச் சுருக்கிக்கொண்டு கேட்டார்.

"ஒரு சந்தேகக் கேஸ்" என்றார் பருமர். கடற்கரைச் சம்பவத்தை விளக்கினார். மேசைக்காரரர் மூர்த்தியை அவதானித்தார்.

"யார்டா நீ?" என்றார். அவர் தன்னைக் காட்டிலும் பத்து வயதாவது குறைந்தவராக இருப்பார் என்று மூர்த்தி யோசித்துவிட்டு, "நான் ஒரு வாத்தியார்" என்றான். அதைக் கேட்டு விட்டு அவர், "என்ன... அர்த்த ராத்திரியில் பீச்சுல உக்காந்திருக்கே? எவளையாவது வரச் சொல்லியிருக்கியா அங்கே?" என்றார். இவரும் ஆபாசமாகப் பேசினார்.

"அப்படியெல்லாம் இல்லை."

"எந்தக் ஸ்கூலில் வேலை பார்க்கிறே?"

அவன், தன் வேலை பார்க்கும் ஸ்தாபனத்தைச் சொன்னான்.

"என்ன, கைலி கட்டி இருக்கே?"

என்ன பதில் சொல்வது என்று தெரியாமல் நின்றான் மூர்த்தி.

"குந்து அப்படி" என்று ஓரமாகப் போட்டிருந்த வாங்குப் பலகையைக் காட்டினார் அவர். மூர்த்தி அங்கு சென்று அமர்ந்தான். அவனுக்கு இடது புறம் ஓர் அறை ஒன்று

இருந்தது. அது அதிகாரியின் அறையாக இருக்க வேண்டும். அதை ஒட்டிக் கம்பிகளையே கதவாய்ப் போட்டிருந்த அறை ஒன்றையும் அவன் கண்டான். அந்த மேசைக்காரர் கையை மடக்கி, அதன் மேல் தலையை வைத்துக்கொண்டு, மீண்டும் உறங்கத் தொடங்கினார். பாவம், களைப்பாக இருக்கிறார் போலும் என நினைத்துக்கொண்டான் மூர்த்தி.

அவன் வேடிக்கை பார்த்துக்கொண்டு அமர்ந்திருந்தான். அழுக்கேறிய சுவர், ஒரு மகாத்மா காந்தி படம், கைப்பட்டு நைந்த அட்டை போட்ட நோட் புஸ்தகம், ஒரு வெறும் 'ரீபில்' அதன் அருகில் கிடந்தது.

பருமரும் ஒல்லியரும் உள்ளே வந்தார்கள். அந்த ஒல்லியர் அவன் பக்கத்தில் வந்து அமர்ந்தார். தொப்பியைக் கழற்றித் தலையைத் தடவியபடி அவன் காதுகளில் சொன்னார்.

"ஐயா வர்ற நேரம் தெரியலை. அவர் வந்து பார்த்துத்தான் உன்னை விடணும். வந்தாலும் வரலாம். வராட்டாலும் இல்லை. ஏதாவது இருந்தா கொடுத்துட்டுப் போயிடு."

மூர்த்திக்கு ஒன்றும் புரியவில்லை. என்ன கேட்கிறார் இவர்? அவர் வேகவேகமாக மூச்சுவிட்டுக்கொண்டு இருந்தார். ஆஸ்த்துமாக்காரர்களே அனுதாபத்துக்கு உரியவர்கள்.

"பணம் எவ்வளவு வச்சிருக்கே? இருபது ரூபா கொடுத்திட்டுப் போயிடு" என்றார் அவர் இரைத்துக்கொண்டே.

பகீர் என்றது மூர்த்திக்கு. அடடா! அவனிடம் பணம் இல்லை. சுமதி அம்மா வீட்டுக்குப் போயிருந்தாள். அவளை ஊருக்கு அனுப்ப, ஐம்பது ரூபாய் அன்று காலையில்தான் நண்பரிடம் அவன் கடன் வாங்கியிருந்தான். நாற்பது ரூபாயை அவளிடம் கொடுத்து அனுப்பி விட்டுப் பத்து ரூபாயில் மதியச் சாப்பாடும், இரவு டிபனையும் முடித்திருந்தான். டீக்கும், சிகரெட்டுக்கும் கொடுத்தது போக என்ன சில்லறை இருக்கும்.

அவன் பாக்கெட்டைத் துழாவிச் சில்லறைகளை வெளியில் எடுத்தான். எண்ணினான். எண்பத்தைஞ்சு பைசாக்கள் இருந்தன.

"இவ்வளவுதான் இருக்கு" என்று மூர்த்தி வெட்கத்துடன் அந்த மனிதரிடம் சொன்னான். தொடர்ந்து "காலைலேதான் யாரிட்டயும் கடன் வாங்க முடியும். அவசரம்னா, காலையிலே பத்து மணிக்குத் தரலாம்" என்றான், அமர்ந்த குரலில்.

வெறுத்துப் போன முகமுடைய அந்த நோயாளி மனிதன் அவனை விசித்திரமாகப் பார்த்தார். திரும்பவும் தொப்பியை அணிந்துகொண்டு, நாலடி தள்ளி நின்றபடி, ஒரு மாலைப் பத்திரிகையைப் புட்டிக்கொண்டிருந்த பருமரைப் பார்த்தார். அதே சமயம் அவரும் இவரைப் பார்த்தார். ஒல்லியர் அவரைப் பார்த்து உதட்டைப் பிதுக்கினார். பருமர், அந்தப் பத்திரிகையைக் கசக்கியபடி மேசை மேல் விட்டெறிந்தார். இருவரும் வெளியேறினார்கள்.

மூர்த்திக்குப் புழுக்கமாகவும் அசதியாகவும் இருந்தது.

சுமார் ஒரு மணி நேரத்துக்குப் பிறகு சப்தம் கேட்டு மூர்த்தி விழித்துக்கொண்டான். 'திபுதிபு'வென்று நாலு பெண்கள் உள்ளே வந்தார்கள். அசாதாரணமான அளவுக்கு மல்லிகைப் பூச் சூடியிருந்தார்கள். கண்களில் செம்மை ஏறும்படிக்கு மை தீட்டியிருந்தார்கள். கண்ணைப் பறிக்கும் மினுமினுப்பான வர்ணங்களில் சேலை உடுத்தியிருந்தார்கள். வந்தவர்கள் ஏற்படுத்தின சப்தத்தில் மேசையாளர் விழித்துக்கொண்டார். அவர் எரிச்சலடைவார் என்று எதிர்பார்த்த மூர்த்தி, ஏமாற்றத்துக் குள்ளானான். பிரிந்த நண்பர்கள் ஒன்று சேர்ந்தாற்போல அவர்கள் ஒருவரை ஒருவர் பார்த்துச் சிரித்துக்கொண்டார்கள். அந்தப் பெண்களை அழைத்து வந்தவர்களைப் போன்று காணப்பட்ட சில காவலர்கள், அதிகாரியின் அறையை ஒட்டிய பகுதிக்குச் சென்று மறைந்தார்கள்.

அந்தப் பெண்கள் சுவரை ஒட்டி முதுகைச் சுவரில் சாய்த்துக்கொண்டு அமர்ந்துகொண்டார்கள். அவர்கள் மூர்த்தியைப் பார்த்து, தமக்குள் என்னவோ பேசிச் சிரித்துக்கொண்டார்கள்.

நால்வரில் ஒருத்தி மிக இளமையானவள். இருவர் நடு வயதினர். ஒருத்தி என்ன வயதினள் என்பதையே அனுமானிக்க முடியாத விதத்தில் இருந்தாள். மேசையாளர் "என்ன கிரிஜா, ஆளைப் பார்த்து ரொம்ப நாளாச்சே. எங்களையெல்லாம் மறந்தே போய்ட்டே..." என்று அந்தப் பெண்களில் இளமையானவளைப் பார்த்துச் சொன்னார். இவ்வார்த்தைகளில் பெரிய நகைச்சுவை பொதிந்திருப்பது மாதிரி அவர்கள் சிரித்தார்கள்.

"நானா, நீங்களா? தேவையின்னாத்தான் தேடுவீங்க. அல்லாக்கட்டி சீந்தக்கூட மாட்டீங்களே..."

"தே, தே... அப்படியெல்லாம் சொல்லாதே."

இந்த இளம் பெண்ணும் இன்னொருத்தியும் வெற்றிலைப் போட்டுக்கொண்டார்கள். அதற்குள் பருமர் உள்ளே நுழைந்தார். வயது கடந்தவள், "இன்னா குண்டுமணி சௌக்யமா?" என்றாள், அவரைப் பார்த்து.

"வாயிலே ஒண்ணு போட்டாத் தெரியும்" என்றார் அவர். செல்லமாகத்தான் சொன்னார். எல்லோரும் இதற்குச் சிரித்தார்கள்.

மேசையாளர் எழுந்து நின்றார். மூர்த்திக்குத் திடுக்கிட்டது. அவர் கீழே சீருடை அணியாமல், கோடு போட்ட உள்ளாடை மட்டும் அணிந்திருந்தார்.

"இந்த ஆளைப் பாரு கிரிஜா, வாத்தியாராம் லூஸ் மாதிரி கைலி கட்டிக்கிட்டு ராத்திரி பன்னண்டு மணிக்கு பீச்சில் உக்காந்திருக்கான்."

அந்தப் பெண்கள் அவனைப் பார்த்தார்கள்.

"பீச்சுக்கு எதுக்குய்யா அந்த நேரத்துல, என் வீட்டுக்கு வந்திருக்க வேண்டியதுதானே?" என்றாள் கிரிஜா அவனைப் பார்த்து. மேசையாளர் உட்பட அத்தனை பேரும் சிரித்தார்கள்.

மூர்த்தி மிகவும் குழம்பிப் போய் இருந்தான். விரும்பின இடத்துக்குப் போவதுகூட எப்படித் தவறாக இருக்க முடியும்? ராத்திரியானால் என்ன? ஒருவன் ஒன்றை அவன் விரும்பும் நேரத்தில்தானே செய்ய முடியும்.

"ஐயா வர்ற நேரம். யூனிபார்மை மாட்டிக்கிடறேன்" மேசையாளர் மறைந்தார். சற்று நேரத்தில் சீருடை அணிந்து திரும்பினார்.

வாகனம் வந்து நிற்கிற சப்தம் கேட்டது. நிலையம் சுறுசுறுப்படைந்தாற்போல இருந்தது. மேசையாளர், பருமர், ஒல்லியர் மற்றும் இரண்டு பேரும் எழுந்து விறைத்துக்கொண்டு நின்றார்கள்.

பெண்கள் போய்ச் சேர்ந்திருந்தார்கள். அவர்களின் பூ வாசனை மட்டும் அங்கேயே சுழன்றுகொண்டிருந்தது.

அதிகாரி எனப்பட்டவர் உள்ளே நுழைந்தார். எல்லோரும் சல்யூட் அடித்து நின்றார்கள். அதிகாரி மூர்த்தியைப்

பார்த்துக்கொண்டே அவனைக் கடந்தார். அறை வாசலில் நின்று மீண்டும் அவனைப் பார்த்தார்.

"சார்... நீங்க கிருஷ்ணமூர்த்தி சார்தானே?" என்றார் அந்த அதிகாரி.

மூர்த்தி எழுந்து நின்றான்.

"ஆமாம்."

"சார், என்னைத் தெரியலையா? நான்தான் கேசவன். உங்க ஸ்டூடன்ட் எஸ். எஸ். எல். சி.க்கு எனக்குத் தமிழ் எடுத்தது நீங்கதானே சார். இப்ப எப்படி சார்... இந்த நேரத்துல?"

"பீச்சுல உக்காந்திருந்தேன். இங்க இட்டுக்கிட்டு வந்துட்டாங்க."

"எவன்டா இவரை அழைச்சிக்கிட்டு வந்தது?" என்று அதிகாரி அந்தக் காவலர்களைப் பார்த்தார். பருமரும் ஒல்லியரும் ஒருவரையொருவர் மாறி மாறிப் பார்த்துவிட்டு "சார்... தெரியாமே" என்றார்கள். அவர்கள் முடிக்கும் முன்பே அதிகாரி, "... தெரியுமா...? தெரியுமா?" என்று கத்தினார். தெரியுமா என்பதுக்கு முன்னால் ஒரு கெட்ட வார்த்தையைச் சேர்த்துக்கொண்டார். விசித்திரமான பாஷையாக இருந்தது அது. மூர்த்தி நிச்சயமாக அந்த வார்த்தைகளைச் சொல்லிக் கொடுக்கவில்லை. முடித்து விட்டு, "நீங்க வாங்க சார்" என்று அறை உள்ளே நுழைந்தார். மூர்த்தி அவர் முன் இருந்த இருக்கையில் அமர்ந்தான்.

"சௌக்யமா சார்?"

"இருக்கேன்"

"அம்மா சௌக்யமா?"

"உம்"

"பெரிய பையன் என்ன பண்றான்?"

"பத்தாவது போயிருக்கான்."

"குழந்தையில் பார்த்தது. சின்னவன்?"

"ஆறாவது."

"டீ சாப்பிடறீங்களா?"

"சாப்பிடலாம். ஒரு சிகரெட் இருந்தால் தேவலை"

மூர்த்தி சில்லறைகளைத் தேடி எடுத்தான்.

"சும்மா வைங்க சார்"

அவர், காவலரைப் பெயர் சொல்லி அழைத்தார். இவனைப் பார்த்து, "என்ன பிராண்ட் சிகரெட் சார்?" என்றார்.

சொன்னான்.

"டீயும், சார் சொன்ன சிகரெட் ஒரு பாக்கெட்டும் மறக்காம தீப்பெட்டியும் வாங்கியா... யார் யோக்யர், எவன் அயோக்கியன்னுகூடத் தெரிஞ்சுக்காமே, இன்னாடா உத்யோகம் பாக்கிறீங்க? சுத்தக் களிமண்ணா இருக்கு உங்க தலையிலே..."

"உங்க கதைகளையெல்லாம் நம்ம வீட்டிலே படிப்பா சார். எனக்குத்தான் நேரம் இல்லை. அடி, அவரு எங்க வாத்தியாருடின்னு பெருமையாச் சொல்லிக்குவேன்."

மூர்த்தி சிரித்து வைத்தான்.

"எப்போ இந்த வேலைக்கு வந்தே?"

"எண்பத்தி ஆறிலே வந்தேன் சார்"

"எத்தனை குழந்தைகள்.?"

"இனிமேல்தான். கல்யாணம் ஆகி எட்டு வருஷமாச்சு. இரண்டு பிறந்து செத்துப் போச்சு."

"எல்லாம் சரியாப் போயிடும். கவலைப்படாதே. சின்ன வயசுதானே. எல்லாம் பொறக்கும்"

"வீட்டுக்கு வாங்க சார். உங்களைப் பார்த்தா அவளுக்கும் சந்தோஷமா இருக்கும், ஆறுதலாகவும் இருக்கும்."

டீயும் சிகரெட்டும் வந்தன. இருவரும் டீ குடித்தார்கள். அவன் புகைத்தான்.

"அப்போ நான் புறப்படலாமா?"

"நான் உங்களை வீட்டுலே டிராப் பண்றேன் சார்."

அவர் எழுந்தார்.

"மணி என்ன?"

"நாலே முக்கால்"

"வேணாம் நடந்தே போயிடறேன். இன்னும் நிலா இருக்கு."

"என்ன சொன்னீங்க.?"

"நிலா இருக்கே. நிலா, சமயங்கள்லே ஆறு வரைக்கும்கூட இருக்கும்."

"நான் வீட்டுலே விட்றேன் சார்"

"எதுக்குப்பா? எனக்கு நடந்தாத்தான் சந்தோஷம். நீ இரு. நிலாவில் நடக்கறது எனக்கு ரொம்பப் பிடிக்கும்."

"உங்க இஷ்டம். மனசுக்குள்ளே ஒன்றும் வச்சுக்காதீங்க சார். தெரியாம நடந்து போயிடுச்சு."

"அதனால என்ன?"

மூர்த்தி வெளியே வந்தான். ஒல்லியர் அவனைத் தொடர்ந்து வந்தார். அவருக்கு இரைத்துக்கொண்டிருந்தது.

"மருந்து எடுத்துக்கறீங்களா? இதுக்கு சித்த வைத்தியத்திலே ரொம்ப நல்ல மருந்து இருக்கு."

அவர் இருமினார்.

மூர்த்தி தெருவில் நடந்தபோதும் நிலா இருந்தது. அவனுக்குச் சந்தோஷமாக இருந்தது.

1990

உறை

கிருஷ்ணமூர்த்தி மாமா வீட்டுக்குள் நுழையும்போது, அவர் புத்தகங்களுக்கு உறை போட்டுக் கொண்டிருந்தார்.

ஏப்ரல் மாதம் வந்து விட்டால், மாமாவுக்கு இந்த உறைபோடும் வேலை வந்து விடும். மதியம் சாப்பிட்டு விட்டு, நிதானமாக ஒரு கைச் சுருட்டைப் பிடித்து முடித்து விட்டு உட்கார்ந்தாரானால், பத்துப் பன்னிரண்டு புத்தகங்களுக்காவது உறை போட்டு விட்டுத்தான் எழுந்திருப்பார்.

மார்ச் மாதம் தொடங்கியதுமே, மாமா இதற்கான பூர்வாங்க வேலைகளை ஆரம்பிப்பார். தெரிந்த பெட்டிக் கடைகளில் சொல்லி வைத்திருந்து சிகரெட் பண்டில்களின் மேலுறைகளைச் சேகரிப்பார். பக்கோடா, காராசேவ், பொட்டலங்களின் நூல்களைச் சுருட்டிச் சுருட்டிக் கூரையில் செருகி வைப்பார். துருப்பிடித்த பிளேடைக்கூட, "எதுக்கும் உதவும்டா" என்று எடுத்து வைப்பார்.

மேலே மின் விசிறி அசுர வேகத்தில் சுற்றிக் கொண்டிருந்தாலும், மாமாவின் ஸ்தூல உடம்பு, வியர்வையில் குளித்திருந்தது. கிருஷ்ணமூர்த்தியைப் பார்த்ததும் "வாடா மாப்ளே" என்று வரவேற்றுவிட்டு, உள்பக்கம் பார்த்து "பசை காய்ச்சி வைக்கச் சொன்னேனே, எங்கேடி?" என்று சப்தம் போட்டார்.

மாமாவுக்கு எதிரில் கூடத்துத் தூணில் சாய்ந்து கொண்டு உட்கார்ந்தான் கிருஷ்ணமூர்த்தி.

மாமா தமக்குக் கீழே நாலைந்து புத்தகங்களை வைத்துக் கொண்டு அதன் மேல் உட்கார்ந்திருந்தார். புத்தகங்களை அப்படியுமா உபயோகப்படுத்துவது?

"என்ன மாமா இது?" என்றான் கிருஷ்ணமூர்த்தி.

"எது?"

"புத்தகத்தை கீழே போட்டுக்கிட்டு"

"ப்ச்... சும்மா ஒரு வெயிட்டுக்குடா. அப்பத்தானே உறை படியும். அதெல்லாம் சாமி கோவிச்சுக்காதுடா... மனசுலதான் கல்மிஷம் கூடாது. சரிதானா?"

"சரி..."

"அத்தை உள்ளேயிருந்து பசை எடுத்துக்கொண்டு வந்தாள்."

"வாப்பா மூர்த்தி... எப்போ வந்தே நீ?"

"இப்பத்தான்"

"இரு..." என்றபடி அவள் உள்ளே போனாள். சாப்பிட ஏதாவது கொண்டு வருவாள். வீட்டுக்கு யார் வந்தாலும், தொண்டை நனைய ஏதாவது கொடுத்தால்தான் அத்தைக்குத் திருப்தி.

அத்தை தலை மறைந்ததுமே, சுமதி வந்து கிருஷ்ணமூர்த்தியைப் பார்த்து "வா மூர்த்தி" என்றாள். தூங்கிக்கொண்டிருந்திருப்பாள் போலும். கண்களில் கொஞ்சம் தூக்கம் ஒட்டிக்கொண்டிருந்தது இன்னும்.

"படுத்துக்கிட்டு இருந்தியாக்கும்" என்றான் மூர்த்தி.

"சேச்சே, என் பொண்ணாவது பகல் தூக்கம் போடறதாவது! சும்மா படுத்துக்கிட்டுச் சிந்திக்கிறாளாக்கும். ஷி ஈஸ் எ கிரேட் திங்க்கர், யூ நோ?" என்றார் மாமா.

கிருஷ்ணமூர்த்தி அவளைப் பார்த்து சிரித்தான்.

"போப்பா... ரொம்பத்தான் கேலி பண்றீங்க..." என்று கோபித்துக்கொண்டாள் சுமதி.

"அடடே, கோபத்துலகூட நீ ரொம்ப அழகா இருக்கியேன்னு! இப்ப, இந்த இடத்துல நீ சொல்லணும்டா... சுத்த அசடா இருக்கியே" என்றார் மாமா.

"அப்படியா மாமா?" என்று அவன் திரும்புவதற்கும், தோ போய் அம்மாகிட்டே சொல்றேன்" என்று சுமதி ஓடவும் சரியாய் இருந்தது.

"ஹோ... ஹோ..." என்று சிரித்தார் மாமா.

கவலை இல்லாமல் வளர்ந்த அவரின் உடம்பு குலுங்கியது. மாமாவைப் பார்க்கையில் மனசுக்குச் சந்தோஷமாக இருந்தது.

ஏழாவதிலிருந்து எட்டாம் வகுப்புக்குப் போகும் சீனுவின் புத்தகங்கள், செங்கல் மாதிரி அவர் முன் அடுக்கிக் கிடந்தன. புத்தம் புதிய புத்தகங்கள். இனிய வாசனை வீசுகிற புத்தகங்கள். புதுப் புடவைக்கும் புதுப் புத்தகத்துக்கும் எப்படி ஒரு வாசனை வந்து விடுகிறது? கைப்படாத காரணத்தால் புத்தகங்களின் ஓரம், நர்சுகளின் வெள்ளாடை மாதிரி கண்களைப் பிடுங்கின.

"ம்ஹூம்" என்று மூச்சை இழுத்தான் கிருஷ்ணமூர்த்தி.

"என்ன...?" என்று கேட்டார் மாமா.

"புத்தகத்துக்குன்னு, என்ன அழகான வாசனை மாமா?"

"பூவுக்குத்தான் வாசனை! புத்தகத்துக்குக் கூடவா வாசனை!?"

"உலகத்துல எல்லா பொருளுக்கும் வாசனை இருக்கு மாமா. யோசிச்சா பொருளோட குணமே அதனோட வாசனைன்னு தோணுது."

மாமா அவனை நிமிர்ந்து பார்த்தார்.

"என்ன என்னமோ புதுசா புதுசா சொல்றே. நல்லாத்தான் இருக்கு கேட்க. என்ன பிரயோசனம்? ஓர் உத்தியோகத்தைச் சம்பாதிக்க முடியலையே உன்னாலே?"

மாமா எப்போதுமே இப்படித்தான். பலவீனங்களைக் குறிபார்த்து அடிப்பதில் வல்லவர் அவர்.

கிருஷ்ணமூர்த்தி சுருங்கிப் போய்விட்டான். நம்மால் அவன் தாக்கப்பட்டு விட்டான் என்பதைப் புரிந்துகொண்டார் மாமா.

"தப்பா ஏதேனும் சொல்லிட்டேனா? மனசுல வெச்சுக்காதேடா..."

"சேச்சே, அதெல்லாம் ஒன்றுமில்லே மாமா"

"எனக்கு உன்னைப் பத்தித்தான் கவலை.!" என்றவர், உள்பக்கம் திரும்பிப் பார்த்துவிட்டு, கீழ்க்குரலில் சொன்னார்: சுமதியை உனக்குத்தான் தரணும்னு எனக்கு ஆசை. ஆனால் உனக்கு வேலை இல்லையேங்கறா உன் அத்தை. அவ சொந்தத்துல யாரோ ஒரு பையனைப் பார்த்து வச்சிருப்பா போல. இந்த வருஷத்துலயே முடிச்சுடணும்கிறா."

சட்டென்று, தான் அவமானத்துக்கு உள்ளானது போல் இருந்தது மூர்த்திக்கு. பேசத் தோன்றவில்லை. புத்தகங்களின் மேல் அட்டை வழுவழுப்பைத் தடவிக்கொண்டிருந்தான். அப்புறமாய்ச் சொன்னான்.

"அத்தைக்கு நீங்கள் சொல்லப்படாதா மாமா?"

அவர் தமக்குக் கீழிருந்த புத்தகங்களை எடுத்தார். மாமாவின் கனத்தில் புத்தகங்களின் உறை, சுருக்கம், கசங்கல் இல்லாமல் பெட்டிப் போட்டது மாதிரி இருந்தது.

"அது என் வழக்கமில்லேப்பா, குடும்பத்தைக் கூட்டுப் பொறுப்பா நினைச்சு வாழ்ந்துட்டேன். அவ மட்டும் யாரு? இந்தக் குடும்பத்துல அவளுக்கு சரி பொறுப்பும் உரிமையும் இருக்கே"

புத்தகங்களைப் பார்த்தவாறே மூர்த்தி சொன்னான்.

"சுமதிக்கு என் மேலே அன்பு இருக்கு மாமா"

மாமா, அவனைப் பார்த்தார். தலையை அசைத்தார்.

"அப்படியே இருக்கட்டும். எல்லாம் நல்லபடியா நடக்கட்டும்" என்றவாறு கையை ஊன்றி "நாராயணா" என்றவாறு எழுந்தார். பிறகு உள்பக்கம் திரும்பி, "என்ன பெண்களா? வீட்டுக்கு வந்த மாப்பிள்ளைக்கு ஒரு வாய்க் காப்பிகூடக் கொடுக்க மாட்டீங்களா? தேவதைகளா?" என்றார்.

சுமதியின் கல்லூரிச் சான்றிதழ்களைப் படி எடுத்தும், கெஜட்டட் அலுவலர் கையெழுத்து வாங்கவும் அலைகிற ஒருநாள் காலையில் அம்மா சொன்னாள்.

"ஏன்டா மூர்த்தி, நீ வேலை இல்லாமே இருக்கியேன்னு பொண்ணு தரமாட்டாங்களாம் அவங்க... அப்புறம் அந்தப் பொண்ணுக்காக எதுக்கு இப்படி வேகாத வெயில்லே அலையறே.?"

அம்மாவுக்கு ஆதங்கம். அதோடு, தான் சிறுமைப்படுத்தப் பட்டோம் என்கிற எரிச்சல். அவள் நியாயம், கண்ணுக்குக் கண். பல்லுக்குப் பல். பதிலுக்குப் பதில்.

கல்யாணம் செய்து கொள்வாள் என்பதாலா இந்த உழைப்பெல்லாம்? அதற்கும் மேம்பட்ட உறவு, சிநேகம் ஒன்று இருக்க முடியாதா என்ன? இந்த அம்மாவுக்கு இது தெரியவில்லையே.

சைக்கிளைத் தூக்கி வாசல் நிழலில் நிறுத்தி விட்டு வீட்டுக்குள் நுழைந்தான் மூர்த்தி. வெயில் வெள்ளையாகக் காய்ந்துகொண்டிருந்தது.

"வா... வா... வாப்பா மூர்த்தி?" என்றாள் அத்தை. "இப்படி வேர்த்துப் போயி வந்திருக்கியே. உக்காரு. குளிர்ச்சியா ஏதாவது கொண்டாரேன்."

"இருக்கட்டும் அத்தை" என்றவாறு கத்தைக் காகிதங்களை அவளிடம் ஒப்படைத்தான்.

"அந்த ஆபீசில நாளைக்குக் காலைலே வரச் சொல்லி யிருக்காங்க. கடவுள் புண்ணியத்துலே வேலை கிடைச்சுடணும். பொண்ணு வேலை செஞ்சா போற இடத்துல பெருமை"

அத்தை உள்ளே போனாள்.

"அத்தை, காப்பியே கொடேன்... உன் காப்பின்னா வெயிலில்கூடச் சாப்பிடலாம்."

அத்தைக்குச் சந்தோஷம். அவள் பல் வரிசை எப்போதும் வரிசையாக, வெண்மையாக அழகாக இருக்கும். பாராட்டப் பெற்றால் யாருக்குத்தான் சந்தோஷம் வராது.

தனிமையில் விடப்பட்ட மூர்த்திக்குப் பலப் பல யோசனைகள் தோன்றின. அம்மா, மதியாதார் முற்றம் மிதிக்காதே என்கிறாள். அத்தை, வேலைக்குப் போவது பெண்ணுக்குப் போற இடத்தில் பெருமை என்கிறாள்.

கூடத்தில் சுமதி எம்பிராய்டரி செய்து மாட்டிய துணி ஓவியங்கள் தொங்கின. முத்தம் கொடுத்துக் கொள்ளும் இரண்டு பறவைகள், இரண்டு கால்களில் நின்றுகொண்டு பழம் கொறிக்கும் அணில், பறக்கக் கிளம்பும் பச்சைக் கிளி.

சுமதியின் குழந்தைத் தனம் புலப்படுவதாகப் பட்டது.

அத்தை காப்பியோடு வந்தாள். காபி என்கிற பானம், எப்படியோ அத்தைக்கு ஆகி வந்திருந்தது. கெட்டியாக, நுரை பூத்த, உள்நாக்கில் கசக்கிற, காப்பி மணம் பரவசப்படுத்துகிற அசலான காப்பி.

மாமா பற்றி விசாரித்தான் மூர்த்தி.

"கேட்டா சிரிப்பே... யாரோ பொண்டாட்டியைத் தள்ளி வச்சுட்டானாம். இவரு மத்தியஸ்தம் பேசப் போயிருக்காரு. இந்த வெயிலிலே, இதெல்லாம் தேவையா நமக்கு, சொல்லு!

இவ, யாரோ ஒரு பிரண்டைப் பார்க்கணும்னு சாப்பிட்டுட்டுக் கிளம்பினா. என்னை மட்டும்தான் இந்த வீட்டுல, ஆணி அடிச்சு வச்சிருக்கு.”

அத்தையின் வருத்தம் வேறு. இந்த மாமா அவ்வப்போது, அவள் முந்தானை முடிச்சை அவிழ்த்துக்கொண்டு வெளியே குதித்து ஓடிப் போய் விடுகிறாரே என்பதுதான்.

மூர்த்தி கிளம்பும் போது, அத்தை நடை வரைக்கும் உடன் வந்தாள். சும்மா இருந்திருக்கலாம் அவள், சொன்னாள்:

“சீக்கிரமா உனக்கு வேலை கிடைக்கணும். எங்க வழியிலேயே ஒரு பொண்ணு இருக்கு, ரொம்ப நல்ல இடம்! பார்ப்போம், உனக்கு எங்க வாய்ச்சிருக்கோன்னு தெரியல்லையே” மூர்த்தி சைக்கிளை எடுத்துக்கொண்டு ஏறி உட்கார்ந்து மிதித்தான். திடீரென்று மிதிக்க முடியாது திணறினான். உடம்பில் இருந்த பலம் போய் விட்டது போல் உணர்ந்தான்.

இன்டர்வியூவுக்குப் போய் வந்து, தன் அனுபவத்தைக் கதை கதையாகச் சொல்லிக்கொண்டிருந்தாள் சுமதி. இவளை மாதிரி, இருபது பேருக்கு மேல் வந்திருந்தார்களாம். என் முறை ஏழாம் நம்பர். அப்பப்பா! மனசு திக்திக்னு அடிச்சுக்கிட்டுது. ஒருத்தி... ம்... நீல கலர் சுரிதார்ல வந்திருந்தா. என்ன மாதிரி இருக்காங்கிறே, கோதுமைக் கலர்லே. டிரஸ்ஸுக்கு மேட்சா நீலக் கம்மல், நீலப் பொட்டெல்லாம் வச்சுக்கிட்டு அம்மா! அவளுக்கு வேலை கிடைச்சுடும்னுதான் எல்லோரும் நினைச்சோம். என்னவோ எனக்கும், இன்னோர் ஆளுக்கும் கிடைச்சுட்டுது!”

சுமதிக்கு வேலை கிடைத்ததில் மூர்த்திக்கும் மிகவும் மகிழ்ச்சியாகவே இருந்தது. குளிக்க வேண்டும் என்று மாமா தோட்டத்துப் பக்கம் போனார். மத்தியானத்தில் குளித்துச் சாப்பிடுவது என்பது அவர் பழக்கம்.

“மூர்த்தி, எனக்கு இன்னொரு ஹெல்ப் பண்ணனுமே”

“சொல்லு சுமதி...”

“ஜெராக்ஸ் எடுத்ததுல, என்னோட கான்டக்ட் சர்டிபிகேட் விட்டுப் போச்சு. அதை நாளைக்குள்ளார எடுத்துத் தரணும்”

“ஓ எஸ்... குடு”

“வா”

சுமதி மாடிக்குப் போனாள். மூர்த்தி பின் தொடர்ந்தான். மொட்டை மாடியை ஒட்டிய அறை. சுமதி படிக்கவும், இருக்கவும் எனப் பயன்பட்டது.

“உக்காரு” என்றுவிட்டு, பீரோவைத் திறந்து ஒரு ஃபைலை எடுத்து, ஒரு பேப்பரை உருவினாள். அழுக்காகாமல் இருக்க ஓர் உறையில் வைத்து அதைக் கொடுத்தாள்.

“சுமதி, உன்கிட்டே ஒரு விஷயம் கேக்கணுமே...”

“சொல்லேன்”

“கல்யாணம் நிச்சயமாயிட்டுதுன்னு மாமா சொன்னாரே, மாப்பிள்ளையைப் பார்த்தியா? உனக்குப் பிடிச்சிருக்கா?”

“ஓ, எஸ்... ஆனால் நேரில் இன்னும் பார்க்கலை. போட்டோவைத்தானே பார்த்தேன். நல்ல பர்சனாலிட்டி. ஐ. ஏ. எஸ். படிச்சிருக்கார். இப்பவே கிளாஸ் ஒன் ஆபீசர். எதிர்காலத்துல ரொம்ப நல்லா வரலாமே”

சுமதியின் கண்களில் ஒரு புதிய வெளிச்சம் தோன்றியதாகப் பட்டது மூர்த்திக்கு. இதன் அர்த்தம், ‘பாதுகாப்பு’ உணர்வு.

‘அடக்கிக் கொள்’ என்கிற ஓர் உத்தரவு அவனுக்குள்ளிருந்து வந்ததைத் தெளிவாக அவன் கேட்டான். என்னமோ இரைந்துகொண்டே இருந்த கடல் அடங்கியதைப்போல இருந்தது. அமைதி அமைதி என்று மனம் ஜபித்தது. மனம் லேசாகிவிட்டது. புயலடித்து விட்டது போல் இருந்தது மனசு.

“கங்கிராட்ஸ்” என்றான், மூர்த்தி.

“ஓ... தேங்க் யூ” என்றாள். பூரணமாக அவள் சிரித்தாள். முழு மனதோடு சிரித்தாள்.

இறங்கி வரும்போது மூர்த்தியிடம் அத்தை சொன்னாள். “உனக்கு தெரிஞ்ச ஒருத்தர் பிரஸ் வச்சிருக்காருன்னு சொன்னியே, ஒரு காரியம் பண்ணுப்பா. நல்ல அழகான டிசைனா நாலைஞ்சு கல்யாணப் பத்திரிகை சாம்பிளுக்கு வாங்கிக்கிட்டு வா... நாம் அப்புறமா ஒன்று தேர்ந்தெடுத்துக்குவோம்”

“சரி அத்தை” என்று விட்டு வாசலுக்கு வந்தான் மூர்த்தி. மாமா குளித்து விட்டு வந்தவர் தலையைத் துவட்டியபடியே

உடன் தெருவுக்கு வந்தார். அவரிடமிருந்து சந்தனச் சோப்பு வாசனை வீசியது.

சைக்கிளின் ஹாண்டில் பாரைப் பிடித்துக்கொண்டு மாமா சொன்னார்:

"மேல மேல உனக்குச் சூடு போடறா அத்தை இல்லியா, மூர்த்தி? உன்னை நினைக்கையிலே எனக்குக் கஷ்டமா இருக்குடா."

பல்லைக் கடித்துக்கொண்டு, சைக்கிளில் ஏறி உட்கார்ந்து மிதித்தான். மாமா அப்படிச் சொன்னதுதான், எங்கோ உடைத்து விட்டது மாதிரி ஆகி விட்டது அவனுக்கு.

பொங்கிக்கொண்டு வந்த அழுகையை அடக்கிக்கொண்டான். எனினும் கண்களில் இருந்து ரணம் வழியத்தான் செய்தது.

1991

ஒரு நெகடிவ் அப்ரோச்

"**அ**வுட்டோர் போகலாம் வருகிறீர்களா?" என்றார் நண்பர். ஒரு வேலையும் இல்லாமல், சும்மா பேசிப் பொழுதைக் கழிப்பதைக் காட்டிலும் வெளியே போவது உத்தமம் என்று நினைத்து,

"எந்த ஊருக்கு?" என்றேன்.

"வில்லியனூருக்குப் பக்கத்தில். இங்கு நம்ப வட்டச் செயலாளனாய் இருக்கிறானே பட்டாபி ராமன், அவனோட அப்பா செத்துட்டார். படம் எடுத்துக்கிட்டு, கோயிலையும் பார்த்துட்டு வரலாம்" என்றார் நண்பர்.

வில்லியனூர் கோயில் விசேஷமானது. அதைக் காட்டிலும் கோயில் குளம் விசேஷமானது. பாசி படர்ந்த குளம் சில்லென்று வீசும் குளக்கரை காற்று. மனசு கட்டுகளை அறுத்துக் கொள்ளும். மேயும்.

போட்டோகிராபியைப் பத்தி ஓர் அட்சரம்கூடத் தெரியாத நானும், ஏதோ ஒரு பெரிய ஆள்போலக் கேமராவைக் கழுத்தில் மாட்டிக்கொண்டு அவரோடு கிளம்பினேன்.

வில்லியனூர் பஸ்ஸைப் பிடித்து, கிராமாந்தர ஜனங்களோடும், வியர்வை, அழுக்கு, விளக்கெண்ணெய், கருவாடு, குழந்தைகள், வெற்றிலை வாசனைகளோடு பிரயாணம் பண்ணி, தேர் முட்டி வந்து இறங்கினோம்.

எங்களுக்கு வழிகாட்ட என்றும், எங்கள் சௌகர்யத்துக்கு என்றும் ஓர் ஆள், மாட்டு வண்டியோடு வந்து இருந்தான்.

பிரபஞ்சன் | 35

மாட்டு வண்டிப் பிரயாணம் ஒரு தனி சுகம் போங்கள். காலத்தின் கழுத்தில் கயிறு போட்டு, அதை ஸ்தம்பிக்க வைக்கும் இந்த மாடுகளும், இரண்டு பக்கமும் வளர்ந்து ஓசியும் நாற்றுகளும், எங்கோ கத்திக்கொண்டிருக்கும் பெயர் தெரியாத குருவியும்...

பார்த்த மாத்திரத்திலேயே தெரிந்து கொள்ளத் தக்கனவாய் விளங்கும் எழவு வீடுகள், புராணக்காலத்து வாத்தியங்களாய், விநோதமான இசை எழுப்பிக்கொண்டிருந்தார்கள் நால்வர். நான்கு பேர்களுமே சுயப்பிரக்ஞை இன்றி போதையில் இருந்தார்கள். இருந்தும் தாளமே இல்லாத தாளம் ஒன்றை அவர்கள் தக்க வைத்துக்கொண்டிருந்தார்கள்.

இரு சாரியிலும் இருக்கும் குடிசை வீடுகளுக்குச் சற்றும் ஒவ்வாத வகையில், வெளுத்த சட்டை வேஷ்டிகளோடும், துண்டுகளோடும் பிரமுகர்கள் எனப்பட்டவர்கள் ஆங்காங்கே கும்பல் கும்பலாக நின்றிருந்தார்கள். இவர்கள் எல்லாம், செத்தவரின் மகனை, அவருடைய கௌரவத்தை மேம்படுத்தவே அங்கு வந்தவர்கள்போல் இருந்தார்கள்.

விட்டுவிட்டு அழுகுரல்கள் எழுந்தன. மூன்று நிமிஷம் அழுது பிறகு ஐந்து நிமிஷங்கள் பேசி ஓய்வெடுத்துக்கொண்டு, தங்களைத் தாங்களே உற்சாக மூட்டிக்கொண்டு இந்த மாறுபட்ட சூழலை ரசித்தவர்களாய் மிக சுவாரஸ்யமான கதியில் அழுதுகொண்டிருந்தார்கள் பெண்கள். சில குழந்தைகள், வீட்டில் அற்புத நிகழ்ச்சி நடப்பதுபோலப் பாவித்துக்கொண்டு உள்ளுக்கும் வெளிக்குமாக ஓடியும் விழுந்தும், எழுந்துகொண்டும் இருந்தார்கள்.

அந்நிய நாட்டுத் தூதுவரைத் தன் தர்பாரில் வரவேற்கும் ராஜாவைப்போல, பட்டாபி எங்களை மிக கௌரவமாக வரவேற்றார்.

ஒரு நீள பெஞ்சில் உட்கார்ந்துகொண்டிருந்த ஊர்ப் பெரியவர்கள் எனப்பட்டவர்கள் எழுந்து எங்களை உட்காரச் சொன்னார்கள். பட்டாபி ஓர் ஆளை ஏவி, இரண்டு நாற்காலிகளை, பக்கத்து ஆரம்பப் பள்ளிக்கூடத்தில் இருந்து எடுத்து வரச் சொல்லி, அதில் உட்காரச் சொன்னார்.

துரதிருஷ்டவசமாக எனக்குக் கிடைத்தது காலுடைந்த ஒரு நாற்காலி. என் கவனம் முழுமையையும் அதன் உடைந்த

காலிலேயே செலுத்த வேண்டி வந்ததால், நான் தவித்துப் போனேன்.

சுவரில் தொங்கிக்கொண்டிருந்த தலைவர்கள் எல்லாம் என்னைப் பார்த்துச் சிரிப்பது எனக்குப் புரிகிறது.

டீ வந்தது. மனிதர்கள் டீ என்கிற ஒரு பானத்தை எவ்வாறு எல்லாம் தயாரிக்கக் கற்றுக்கொண்டார்கள் என்று வியந்துகொண்டே குடித்து வைத்தோம்.

பிறகு போட்டோ எடுக்கும் சடங்குகள் தொடங்கின.

செத்தவர், செத்தவர் போலவே காட்சியளித்தார். வெளுத்த சட்டையும், வேஷ்டியுமாய் அவரை அலங்கரித்தார்கள். நீட்டிப் படுத்திருந்த அவரை சாய்த்து உட்கார்ந்துகொண்டிருப்பவராய் செய்து, தலைப்பாகை என்கிற முண்டாசுக் கட்டினார்கள்.

இது போன்ற காரியங்களைச் செய்வதற்கு என்றே ஊரில் ஒன்றிரண்டு பேர் இருப்பார்கள். இவர்கள் காரியம் செய்வதாகப் பேர். ஆனால் இவர்கள் சப்தம் மட்டுமே போடுவார்கள். மற்றவர்கள் குறிப்பாகப் பெண்களே இந்தக் காரியங்களில் ஈடுபட்டு இருந்தார்கள்.

எழவுக்கு வந்த பெண்கள் பலரும் செத்தவரைச் சுற்றி நின்றுகொண்டு, அவருக்குப் பட்டாபிஷேகம் நடப்பதைப்போல வேடிக்கை பார்த்துக் கொண்டிருந்தார்கள்.

ஒரு பெரிய மாலையை அவர் கழுத்தில் மாட்டி முடித்ததும், “இப்போ போட்டோ எடுக்கலாம்” என்றார்கள். பிறகு நினைத்துக்கொண்டு, செத்தவருக்கு நாமம் போட்டார்கள். இதில் விசேஷ அக்கறை எடுத்துக்கொண்டு ஒருவர் அரை மணி நேரம் இதைச் செய்தார்.

பிறகு நண்பர் படம் எடுத்தார். நான் “நகருங்கப்பா... நகருங்கம்மா... போட்டோவை மறைக்காதீங்க” என்றெல்லாம் டைரக்ட் செய்தேன்.

எங்கள் வருகையும், படப்பிடிப்பும் செத்தவருக்கும் செத்தவரின் மகன் பட்டாபிக்கும்... ஒரு விசேஷ கௌரவத்தையே ஏற்படுத்தி விட்டதாக அவர் பட்டாபி வண்டியில் ஏற்றிவிடும்போது கூறினார்.

வில்லியனூர் கோயிலில், கோகிலாம்பாளையும், அவள் கணவரையும் தரிசித்து விட்டுக் குளக்கரையில் பொழுது போக்கினோம். குளம், ஆறு போன்ற நீர் நிலைகளைப் பார்த்து விட்டால் நண்பருக்கு ஒரு மாதிரியான வயிற்று உபாதை ஏற்படும். கோயில் நந்தவனத்திற்குப் பக்கத்திலேயே மறைவாகச் சென்று விட்டு, சூழலில் இருந்த புனிதத்தையே மாசு படுத்தி வந்தார். பல்வேறு விஷயங்களையும் பற்றி சுகமான லயிப்போடு பேசிக்கொண்டிருந்து விட்டு ஊர் திரும்பினோம்.

ஸ்டூடியோவில் உடனே டெவலப் பண்ணலாம் என்று இருட்டு அறைக்குள் சென்று கதவைச் சாத்திக்கொண்டார் நண்பர். நான் சிகரெட்டை பற்ற வைத்து ரெண்டு இழுப்பு இழுத்திருக்க மாட்டேன். அலறிக்கொண்டு ஓடி வந்தார்.

"என்ன..."

"பிலிம் எக்ஸ்போஸ் ஆயிடுச்சி"

"ஆ...!"

"சுத்தமா விழல்லே"

"சுத்தமாவா?"

"கொஞ்சம்கூட விழல்லே!"

"எத்தனை டேக்"

"ஒண்ணே ஒண்ணுதான்"

"ஐயய்யோ...! ஏன் இப்படி பண்ணீங்க...? எப்பவுமே செத்துப் போனங்களை ரெண்டு, மூணு தடவை எடுப்பீங்களே!"

"என்னமோ கெட்ட நேரம்..."

செத்து போனவருக்கா அல்லது அவருக்கா என்பது தெரியவில்லை.

"என்ன பண்ணப் போறீங்க...?"

"என்ன பண்றது? சமாளிக்க வேண்டியதுதான்..."

ஏற்கெனவே செத்துப் போனவர்களின் நெகடிவ்களை எல்லாம் எடுத்து ஆராய்ந்தார்.

பட்டாபியின் தகப்பனாரைப்போல உருவம் பொருந்தியவர் என்று ரெண்டே ரெண்டுதான் கிடைத்தது. வயசானவர்கள் எல்லாம் ஒரே மாதிரி உருவம் கொண்டவர்களாய் இருந்திருந்தால், என்ன சௌகரியமாய் இருந்திருக்கும். கிடைத்த ரெண்டிலும், ஒருவர் நீட்டிப் படுத்திருந்தார். ஒருவரே சாய்ந்துகொண்டு

இருப்பதாகத் தோற்றமளித்தார். துரதிருஷ்டம் என்னவென்றால், பட்டாபியின் தகப்பனாருக்கு தாடி இருந்தது. ஒரு வார தாடி. நெகடிவ்காரருக்கு சுத்த ஷவரம். அதோடு இவருக்குத் தலைப்பாகை, நாமம், மாலை எதுவும் இல்லை.

அடுத்த நாள் ஒரு ஓவியனை அழைத்து வந்தார். இவன் மகா கலைஞனாகத் தன்னை நினைத்து இருப்பவன். எனவே மகா ஓவியன். கலைஞர்கள் தொழில் செய்து பிழைப்பதாவது? நேர்ந்துகொண்ட தொழிலைச் செய்யாமல் இருப்பதே ஒரு கலைஞனின் மேதைத்தனம் என்று நினைப்பான்.

இவனைச் சாராயக்கடை ஒன்றில் சந்தித்து, கேட்டதை எல்லாம் வாங்கிக் கொடுத்து ஸ்டூடியோவுக்குக் கூட்டி வந்தார்.

கலைஞன் தலை குப்புற கவிழ்ந்துகொண்டு முழு போதையில் உட்கார்ந்திருந்தான். அவன் தலையை நிமிர்த்தி நிமிர்த்தி செய்ய வேண்டியதை விளக்கிச் சொன்னார்.

ஒரு வழியாகச் செத்துப் போனவருக்குத் தாடி முளைத்தது. அவரே முண்டாசு கட்டிக்கொண்டார். தனக்குத் தானே நாமம் இட்டுக்கொண்டார். ஒரு மாதிரியாக எங்களை எல்லாம் பயமுறுத்திக்கொண்டிருந்தார்.

பட்டாபி வரும் நாளை மிக ஆவலுடனும், பயத்தோடு எதிர்பார்த்துக்கொண்டிருந்தோம்.

அந்த நாளும் வந்தது. அவரும் வந்தார். தந்தையின் படத்தை மகன் பார்த்தார். சில நிமிஷங்கள் வரை கூர்மையாகப் பார்த்தார்.

"தள்ளி வச்சுப் பார்க்கணும்பா"

பட்டாபி போட்டோவை தள்ளி வைத்துக்கொண்டு பார்த்தார். மேசை மேல் வைத்து விட்டு எட்ட நின்று பார்த்தார். கடைசியாக.

"என்ன அண்ணே... அப்பாவோட முகம் மாதிரியே இல்லியே" என்றார்.

"கரெக்ட், எப்படி இருக்கும்...? செத்துப் போன பின்னாலே முகம் மாறிடும்பா. உயிர் போயிடுச்சு எனகிறோமே... அப்படின்னா என்ன? முகம் மாறிச்சுன்னு அர்த்தம்? நாம்ப எல்லாம் வெறுங் கண்ணால பார்க்கிறோம்...! கேமரா கண்ணோட பார்க்கணும்பா, அப்பத்தான் தெரியும். உயிர் போன பின்னால நம்ம முகமெல்லாம் எப்பிடி மாறிப் போயிடுதுன்னு. கேவலம் மனுஷன் பொய் சொல்லுவான்... மூவாயிரம் ரூபா கேமரா பொய் சொல்லுமா!"

"சொல்லாது அண்ணே!"

"அதான் கேட்டேன். நீ கையில் வச்சு இருக்கிறது வெறும் புரூப் தானே... பெரிசா போட்டுட்டா எல்லாம் சரியாப் போயிடும்... கலராவே பண்ணிடறேன்... என்ன சரிதானே"

"செய்யுங்க, உங்களுக்குத் தெரியாததை நான் என்ன புதுசா சொல்லிடப் போறேன்...!"

குறித்த காலத்தில் அவர் வந்தார். சின்ன போட்டோவில் இருந்த செத்துப் போனவர் விஸ்வரூபம் எடுத்து நின்றதைப் பார்த்தார். நான் அவர் முகத்தையே பார்த்துக்கொண்டிருந்தேன்.

"இது என் அப்பா இல்லேடா...!" என்று கத்தப் போகிறார் என்று எதிர்பார்த்தேன். அவர் கத்தவில்லை. மௌன்ட்டை பாக்செய்துகொண்டு அரை மணி நேரம் வரைக்கும் அரசியல் பேசிக்கொண்டிருந்தார்.

பட்டாபி பரம சந்தோஷத்துடன் போட்டோவை வாங்கிக்கொண்டு நடக்க ஆரம்பித்தார்.

"டிபன் சாப்பிடலாம் வாங்க" என்றார் நண்பர். ஓட்டலுக்குப் போனோம்.

மசால் தோசை சாப்பிட்டோம். காபி சாப்பிட்டோம். வெளியில் பெட்டிக்கடை ஓரம் நின்று சிகரெட் பற்ற வைத்துக்கொண்டு நண்பர் சொன்னார். "பிரபஞ்சன், உருவம் எதுவானால்தான் என்ன? பழைய அப்பாவா இருந்தால் என்ன? நாம் உருவாக்கின அப்பாவா இருந்தால் என்ன? பட்டாபி கண்களை மூடிக்கொண்டு அப்பாவை நினைத்துக் கொள்ளும்போது அவர் மனசுக்குள் தோன்றப் போவது அவரோட அப்பா தானே. வேதத்தில்கூட சொல்லி இருக்காமே. கோயில், விக்ரகம் எல்லாம் பாமரர்களுக்குத்தான்; படித்தவர்க்கு இல்லேன்னு, உங்களுக்குத் தெரிஞ்சு இருக்குமே" என்றார்.

திடீரென்று பெட்டிக்கடை மரமாகி விட்டது. கார் ஹாரன் குயிலோசையாகி விட்டது. ரேடியோவின் டப்பா சங்கீதம் வேத கோஷமாகி விட்டது. போட்டோக்காரர், ரதத்தில் உட்கார்ந்துகொண்டு உபதேசம் செய்துகொண்டிருந்தார்.

1990

ஓர் ஏழை நாடும்
ஒரு பரம ஏழையும்!

...ஆகவேதான் இந்தக் கடிதம் எழுத நேர்ந்தது. நான் மீண்டும் சொல்கிறேன். அந்த்துவான் நிறைய சம்பாதிக்கிறானே என்கிற ஆதங்கமோ, பொறாமையோ எனக்கில்லை. என் சம்பளம், என் செலவுக்குக் காணவில்லை என்பதே என் பிரச்சினை.

ஐயா, சென்ற வாரம் என் சகோதரி, வார இறுதியை என்னுடன் செலவிட என்று வந்திருந்தாள். அவளுக்கு மீன் குழம்பு பண்ணிப்போட வேண்டும் என்று நானும் என் மனைவியும் ஆசைப்பட்டோம். தப்பில்லையே!

பெரிய கடை மார்க்கெட்டுக்குப் போய் இருந்தேன். மீன்கள் ஏராளமாக வந்திருந்தன. வெளவால் மீன் விற்றுக்கொண்டிருந்த ஒரு கடைக்காரி, மூன்று மீன்கள் பதினைந்து ரூபாய் என்றாள். "என்ன அக்குறும்பு? திம்மா திம்மா மீனா பதினைந்து ரூபாய்?" என்றேன். "வாங்காட்டி வாயை மூடிக்கொண்டு போய்ச் சேரு" என்று சொன்னாள். நாலு பேர் சொல்லி வைத்தாற்போல, என்னைத் திரும்பிப் பார்த்தார்கள். நான் கூசிப் போனேன்.

ஐயா, என் நண்பன் அந்த்துவானோடு என்னை ஒப்பிட்டுக் கொள்வது தவறாகாது, என்றே நம்புகிறேன். ஏனெனில், நான் வீரர் வெளித் தெருவிலும் அவன் பாதர் சாஹிப்புத் தெருவிலும் குடியிருந்தோம். என் வீட்டு வாசலில் நின்றுகொண்டு "அந்த்து" என்று உரக்கக் கத்தினால், "ஏன்டா" என்று அவர் கேட்பார், அவ்வளவு பக்கம். நாங்கள் இருவருமே

அன்றாடங்காய்ச்சிக் குடும்பத்தைச் சேர்ந்தவர்கள்தான். அவனைக் காட்டிலும் உயரமானவன், பலசாலி, தமிழில் இரண்டாயிரம் வருஷத்து இலக்கியங்கள் நேற்று வெளிவந்தவை உட்பட நான் படித்திருக்கிறேன். ஆங்கிலத்திலும் எனக்கு ஞானம் உண்டு. அன்த்துவானின் முழுப்பெயரை எழுதச் சொன்னால் அன்னத்துவான் ஆசீர்வாதம் என்றே ஒரு வதம் செய்வான். ஆனாலும், அவன் மூவாயிரம் எழுபதுகளின் ஆரம்பத்தில் சம்பாதிக்கிறான். சமூகத்தின் மதிப்பீட்டின்படி அவன் வெற்றி பெற்றவன். என் அப்பா, என்னை அவனுடன் ஒப்பிட்டுத்தான் திட்டுவார். அப்படித் திட்டினால்தான் அவருக்குத் திருப்தி, "பார், அவன் பிள்ளையா? நீ பிள்ளையா? ஏதோ படித்தான், வேலைக்குப் போனான். ஆயிரம் ஆயிரமாகச் சம்பாதிக்கிறான். குடும்பத்தைக் காப்பாற்றுகிறான். அவன் பிள்ளை! தென்னம்பிள்ளை! நீ உதவாக்கரை. குட்டிச்சுவர். அறுந்து விழுந்த பல்லிவால்?

பிரான்சுக்குப் போய் ஏதேனும் வேலை செய்து ஓய்வு பெற்று, இங்குத் திரும்பி ஓய்வுத் தொகையை வைத்துக்கொண்டு, சௌகர்யமாக வாழும் வாய்ப்பு எனக்கு இருமுறை கிட்டியது. ஒன்று என் அப்பாவாலும், மற்றது என்னாலும் தட்டிக்கொண்டு போயிற்று. யோசிக்கையில் எனக்கு அதனால் வருத்தமில்லை. இந்த ஊரில் இருக்கும் பிரஞ்சுப் பள்ளியில்தான் நான் சேர்க்கப்பட்டேன். அங்கு ஐந்தாம் வகுப்பு படித்துக்கொண்டிருக்கும்போது என் அப்பா ஒரு காரியம் செய்தார். அவர் சுதந்தரப் போராட்டக்காரர். பிரஞ்சு ஏகாதிபத்யத்தை எதிர்த்து அவர் போராடிக்கொண்டிருந்தார். எந்தக் காலனி ஆட்சியை அவர் எதிர்க்கிறாரோ அதே காலனிக்காரர்களின் மொழியான பிரஞ்சு மொழியை நான் படிப்பதாவது? அவருக்கு இது இழுக்கானதல்லவா? ஆகவே, என்னைப் பிரஞ்சுப் பள்ளிக்கூடத்திலிருந்து நிறுத்தி, ஆங்கிலப் பள்ளிக்கூடத்தில் சேர்த்தார். ஆங்கிலக்காரனும் ஏகாதிபத்யக்காரன்தானே? ஆனாலும், அவன் அவருக்கு நேரான எதிரி அல்லவே!

கிறிஸ்துவப் பாதிரிமார்கள் நடத்தின பள்ளியில் நான் சேர்க்கப்பட்டேன். பிரஞ்சுப் பள்ளியில் ஐந்தாம் வகுப்பு படித்தவன், ஆங்கிலப் பள்ளியில் ஒன்றாம் வகுப்பில் சேர்க்கப்பட்டேன். எனக்குப் பக்கத்தில் ஓரளவு பெரியவனாக ஒரு பையன் உட்கார்ந்திருந்தான். அவன்தான் அன்த்துவான். நல்லது! ஐந்தாம் வகுப்பு படித்த நான், சுமார் பத்து வயதில் ஐந்து வயதுப் பையன்களுடன் முதல் வகுப்பில் அமர்ந்து "ஏ பார்

அன்ட்" படித்தேன். எட்டாம் ஒன்பதாம் வகுப்பு வரும்போது எனக்கும் கருகருவென்று மீசை முளைத்து விட்டது. அந்த நேரம் பார்த்துதான் எனக்கு நா. பார்த்தசாரதியின் 'குறிஞ்சி மலர்' கிடைத்தது. எனக்குள் அரவிந்தன் குடியேறி நானே அவன் ஆனேன். அந்த மனோபாவத்தின் பௌதீகக் குறியீடாக, நான் ஒன்பதாம் வகுப்பு வரும்போது வேஷ்டி கட்டத் தொடங்கினேன். ஆசிரியர்கள் பலர் என்னிடம் நெருங்கவே தயங்கி என்னைப் புறக்கணித்தனர். பள்ளிக்கூட மாணவர்களிலேயே நான் பெரியவனாக இருந்தேன். என்னை எப்படி நடத்துவது என்பது அவர்களின் பிரச்சினையாக இருந்திருக்கும்.

என் தாயார் வகையறாவில், மிஷேல் மோகனரங்கம் என்ற மாமா ஒருத்தர் இருந்தார். அவருக்கு என மேல் வாஞ்சை. ஒருமுறை விடுமுறைக்கு வந்தவர், என்னிடம் "வர்றியாடா பிரான்சுக்கு? நான் ஏற்பாடு பண்றேன். ரொம்ப சீக்கிரம் பெரிய நிலைமைக்கு வந்திடலாம்" என்றார் ஆச்சர்யம் என்னவெனில் அப்பாவும் மாமாவின் திட்டத்தை ஆமோதித்தார். இந்தியக் குடியுரிமையை மறுத்துவிட்டுப் பிரஞ்சுப் பிரஜையாக மாறிக் கொள்ளும் சந்தர்ப்பம் அப்போது இருக்கவே செய்தது. பிரான்ஸ் தேசத்தில் பிரஜைகளுக்கு வேலை வாய்ப்புக்கு உத்தரவாதம் இருந்தது என்றும், அது அடிப்படை உரிமை என்றும், வேலை கிடைக்கும் வரை உதவிப் பணம்கூடக் கிடைக்கும் என்றும் என்னிடம் அவர் சொன்னார். மாமா, ஒரு அரை பிரஞ்சுக்காரனாகவே மாறி இருந்தார். "இன்னா நோன்" என்று விளித்துப் பிரஞ்சு மொழியில் அழகாகப் பேசினார். இந்தியர்கள் மோசக்காரர்கள் என்றார். இங்கே காயும் சூரியனைச் சபித்தார். நெகோலைப் (பிரான்ஸ தலைவர்) புகழ்ந்துரைத்தார். பிச்சைக்காரர்களை வெறுத்து, "இந்தியா, இதில்தான் முன்னேறி இருக்கிறது என்றார். மாமா சொல்லிக்கொண்டே போனார். "இந்த நாடு உருப்படாதுடா, இங்கே எம். ஏ. படி. அதற்கு மேலும் படி. உனக்கு வேலை கிடைக்காது. எத்தனை இலட்சக்கணக்கான பேர் வேலை இல்லாமல் தெருவில் திரிகிறார்கள். நானும் பார்க்கிறேனே!"

"இந்தியர்கள், இந்தியர்களைக் காட்டிக் கொடுப்பவர்கள். அரசாங்கம், மக்களுக்கானத் திட்டம் ஒன்றுக்கு நூறு ரூபாய் செலவு செய்கிறது என்றால், அதில் பத்து ரூபாய்கூட மக்களுக்குப் போய்ச் சேருவதில்லை. அதிகாரிகள் லஞ்சம் வாங்கிகள். போலீஸ்காரர்கள் சமூக விரோதிகள், நாணயஸ்தர்கள் இல்லை. இந்தத் தேசத்தில் பிறந்த அறிவாளிகளுக்கு முதுகெலும்பு என்பதே

இல்லை" இப்படியாக மாமா தேங்காய்ப் பாலில் ஊற வைத்த ரொட்டித் துண்டைச் சாப்பிட்ட படியே பேசிக்கொண்டே போனார். அப்பா அவற்றை ஆமோதித்தார். அவர் பிரெஞ்சு இந்திய சுதந்திரப் போராட்ட வீரர். சுதந்தரத்துக்குப் பிறகு நிலைமை சீர்படும் என்று எதிர்பார்த்து ஏமாந்தவர். கறுப்பு துரைகள், வெள்ளை துரைகளை விட மோசமானவர்களாக இருக்கக் கண்டு, மனம் உடைந்தவர் அவர்.

மாமா சொன்னதில் உண்மை இல்லாமல் இல்லை. நான் அவற்றை ஆமோதித்தேன்.

"ஆகவே, இந்த நிலைமையில் நீ இந்தியாவை விட்டு பிரான்சுக்கு வருவதுதானே மேல்?" என்று கேட்டார் மாமா.

"இல்லை. இந்த நிலைமையில் நான் இங்கு இருப்பதுதான் உத்தமம். நீங்கள் சொன்ன அயோக்கியர்களால் பாதிக்கப்பட்டவர்கள் என் அண்ணன் தம்பிகள். அவர்களுடன் இருந்து அவர்களுக்காக உழைத்தால்தான், நான் மனிதன்" என்று சொன்னேன்.

"அப்படியானால், அரவிந்தன் மாதிரி ஜிப்பா, வேஷ்டி கட்டிக்கொண்டு, ராத்திரிகளில் வேர்க்கடலை தின்றுகொண்டு பசும்பால் குடி. உனக்கு ஒருபோதும் பூரணி கிடைக்கமாட்டாள்."

"சரி."

மாமா பிரான்சுக்குப் போக ரயிலேறும்போது, நானும் வழி அனுப்பப் போயிருந்தேன். மாமாவின் அம்மா, அப்பா, மனைவி, குழந்தைகள், சிநேகிதர்கள் மற்றும் நான் ஆகிய எல்லோரையும் கட்டி அணைத்து முத்தமிட்டு விடை பெற்றுக்கொண்டு ரயில் ஏறினார் மாமா. ரயில் ஏறும்போதுகூட மாமா சொன்னார். "இப்போதுகூடக் காலத் தாமதம் ஆகவிடவில்லை, நன்றாக யோசி. பிரான்சுக் குடிமகனாக மாறி, ஒரு சுபிட்சமான வாழ்க்கையை அடைந்து கொள்ளத் தயாராக இருந்தால் எனக்குக் கடிதம் போடு. அங்கிருந்தே அதற்கு நான் ஏற்பாடு செய்கிறேன். உன் அப்பா அருமையான பிரான்சு விரோதி. அவரே ஒப்புக் கொள்கிறார். நீ என்ன கிடந்து ஆடுகிறாய்?" என்றார் மாமா. யோசிப்பதற்கு ஒன்றுமில்லை என்கிற மனத்தெளிவோடு, "நான் யோசிக்கிறேன் மாமா" என்று சொல்லி அவரை அனுப்பி வைத்து விட்டேன். புரை தீர்த்த நன்மை பயக்குமெனில், பொய் சொல்லல் தவறல்ல!

ஐயா,

முதல் விடுமுறையில் பிரான்சில் இருந்து வந்தபோது அன்த்துவான் அவன் அனுபவத்தை எனக்குச் சொன்னான். முதலில் அவனையும் மற்றும் இரண்டு பேரையும் ஓர் அணியாகச் சேர்த்து மைதானத்தில் இருக்கும் சிகரெட் துண்டுகளைப் பொறுக்கச் சொன்னானாம் அவனுடைய அதிகாரி. அன்த்துவானுக்கு அது மிகவும் அவமானமாகப் போய்விட்டதாம்.

“இதிலென்ன அவமானம்! இவை எல்லாம் ராணுவ ஒழுங்கில் ஓர் அம்சம்தானே” என்றேன்.

பல நாட்களுக்குப் பின்னால், அது அவனுக்குப் புரிந்ததாம்.

சரி, சிகரெட் துண்டுகளைப் பொறுக்கிச் சமாளித்த அன்த்துவான் மிகவும் ரசித்துச் சொன்னான். ஆளுக்கொரு டப்பாவைக் கையில் ஏந்திக்கொண்டு, மற்ற இருவரும் சிகரெட் பொறுக்கும்போது, அன்த்துவான் நின்றவாக்கில் மொத்தமான சப்பாத்துக் கால்களால் அந்த சிகரெட் துண்டுகளை அழுத்தி நசுக்கிக் காலாலேயே தள்ளி விட்டானாம். சிகரெட் துகள்கள் மண்ணில் கலந்து உருத் தெரியாமல் ஆகி விட்டதாம். இந்தப் படிக்குக் குனியாமலேயே வேலை பார்த்தானாம் அன்த்துவான். குழுத் தலைவர், “உன் டப்பாவில் மட்டும் ஏன் சிகரெட் துண்டுகளையே காண முடியவில்லை” என்று கேட்டாராம். “எனக்குக் கிடைக்கவில்லை. நான் என்ன பண்ணட்டும்” என்றானாம் அன்த்துவான். ஒழுங்குக்குப் பெயர் போன பிரஞ்சு ராணுவ அதிகாரிகள், அன்த்துவானை எப்படித் தட்டி ஒடுக்கெடுத்து வேலை வாங்கியிருப்பார்கள் என்று புரிந்து கொள்ள முடிகிறது.

ஐயா,

இந்தியர்கள் சபிக்கப்பட்டவர்கள் என்று நான் சொன்னால், கோபிக்கக்கூடாது. மலைச் சரிவுகளில் குளிரோடும், விஷப் பூச்சிகளோடும் போராடி தேயிலை உற்பத்தி செய்யும் ஆட்கள் நாங்கள். ஆனால் எங்களுக்குக் கிடைப்பதோ மூன்றாம் தரத் தேயிலை. அது மாதிரித்தான் இந்த எறாலும், நாங்கள் அதை எறா என்போம். ஒரு காலத்தில் காலம் என்பது சுமார் இருபது வருஷங்களுக்கு முன்கூட, பெரிய பெரிய எறாக்கள் சுலபமாகக் கடைகளில் விற்றதுண்டு. இப்போது பெரிய எறாக்கள் கண்களிலே காணப்படுவதிலை. இது ஏன் இப்படி நேர்ந்தது? எங்கள் கடலில் எங்களால் பிடிக்கப்படும், எங்களுக்கு உணவாகாமல் யாரோ அவற்றைத் தின்னும்படியாக நேர்ந்தது எப்படி?

என் தாத்தாவுக்குக் கல்யாணம் ஆனபோது, அவர் வசித்திருந்த கணக்குப்பிள்ளை உத்தியோகத்துக்கு மாதம் பத்து ரூபாய் சம்பளம். ஆறு பெண்கள், மூன்று பிள்ளைகள் அவருக்கு. நிம்மதியாக உண்டு உடுத்து, பெண்களுக்குத் திருமணம் முடித்து, பிள்ளைகளைப் படிக்க வைத்து, ஒரு வீடு வாங்கி, அதை ஒழுங்குபெறத் திருத்திக் கட்டி நிறை வாழ்வு வாழ்ந்திருக்கிறார் அவர்.

நான் தங்களைக் கேட்பது இதுதான். பத்து ரூபாய்ச் சம்பளக்காரர் அவ்வளவு திருப்தியாகக் குடும்பம் நடத்தியது சாத்தியம் என்றால், ஆயிரம் ரூபாய்ச் சம்பாதிக்கிற ஒருவன் கடனாளியாக உழல்கிற நிலை எப்படி, ஏன் வந்தது? எனக்குச் சம்பளமாக என் உழைப்புக்குப் பதிலாக ஒரு ரூபாய் தரப்பட்டால், அதன் உண்மையான மதிப்பு பத்து பைசாவாக இருக்கிறதெனில், மீதியுள்ள தொண்ணூறு பைசாவுக்கு நான் ஏமாற்றப்படுகிறேன், என்பதுதானே பொருள்? விலைவாசி ஏற்றத்தைக் கட்டுப்படுத்தி ஸ்திரப்படுத்தாமல் சம்பளம் என்று வெறும் பேப்பர் நோட்டுகளை வாரி வழங்குவதில் என்ன அர்த்தம் இருக்க முடியும்? நெல்லை உற்பத்தி செய்கிறவனிடம் ஒரு ரூபாய்க்கு வாங்கி, மூன்று ரூபாய்க்கு விற்கிற, நெல்லோடு சம்பந்தப்படாத ஓர் இடைத்தரகனை, வியாபாரியை வளர்ப்பது எந்த சக்தி?

எங்கள் தாத்தாவும் ஏன் எங்கள் தாய், தந்தையரும் வாழ்ந்த வாழ்க்கையை, மானம் கெடாமல் மனம் நோகாமல் நாங்கள் வாழ்வது எக்காலம்?

ஐயா,

நாங்கள் கேட்க விரும்புவது இதுதான்.

ஒரே மண்ணில், ஒரே காற்றைச் சுவாசிக்கிற, ஒரு தகுதியை உடைய இருவர், நானும் அன்த்துவானும் இரண்டு வேறுபட்ட ஸ்திதியில் ஏன் வாழ வேண்டும்? நான் ஒரு குமாஸ்தா அவனும் ஒரு குமாஸ்தா. அவன் சம்பளம், இங்கு நாடு விட்டு நாடு வந்து சேர்கையில் நாலாயிரம் ரூபாய். என் சம்பளம் வெறும் ஆயிரம் ரூபாய். ஆகவே, அன்த்துவான் மூன்று வெளவால் மீன்களை ஐம்பது ரூபாய்க்கு வாங்க முடிகிறது. நான் அவமானத்தைத் தின்ன வேண்டியிருக்கிறது.

இதை நான் அனுமதிக்க முடியாது. இது, ஒரு பிரஜைக்கு நீங்கள் செய்யும் துரோகம்.

ஆக, என் பிரச்சினையைத் தங்களிடம் விளக்கி வைத்தேன். தங்கள் மேலான தீர்ப்பை எதிர்பார்க்கிறேன். தங்களன்புள்ள, ஏழை நாட்டுக்காரனான பரம ஏழை.

பின்குறிப்பு: இது ஏழை தேசமல்ல. மக்கள் ஏழைகள். இந்தத் தேசத்தின், இந்தத் துணைக் கண்டத்தின் செல்வம் சரிவரப் பயன்படுத்தப் பெறவில்லை. தேசத்தின் செல்வம், வேறு சிலரிடம் சேர்வதால் மக்கள் ஏழைகளாகப்பட்டார்கள்.

இக்கடிதம் குமாஸ்தா, தலைமை குமாஸ்தா, சின்ன அதிகாரி, பெரிய அதிகாரி, குட்டி மந்திரி, மித மந்திரி, பெரிய மந்திரியிடம் சென்று சேர்ந்து, பிறகு அதே வரிசையில் கீழ் இறங்கி, கடிதம் எழுதிய சுப்பிரமணிக்குச் சரியாக இரண்டே முக்கால் ஆண்டுகளுக்குப் பிறகு பதில் வந்தது. விலாசத்தாரர், பிரான்ஸ் தேசத்துப் பிரஜையாக மாறி, பிரான்சுக்குப் போய்விட்டார் என்று சொல்லி, கடிதம் மீண்டும் இரண்டே கால் வருஷம் சென்று மந்திரியிடம் வந்து சேர்ந்தது. அப்போது பழைய மந்திரி மாறிப் போய் இருந்தார். புதிய மந்திரி பதவியில் இருந்தார். கடித விவரத்தைப் புரிந்து கொள்ள முடியாத அவர், அதைக் கிழித்துக் குப்பைக் கூடைக்குள் போட்டார். பிறகு, இந்தியாவில் படித்து, வெளிநாட்டில் உழைக்கப் போன தன் மகனுக்குக் கடிதம் எழுதத் தொடங்கினார்.

1990

கமலா டீச்சர்

கமலா டீச்சருக்கு முன்னால், அப்பா என்னைக் கொண்டு போய் நிறுத்திய நாள் இன்னும் எனக்கு ஞாபகத்தில் இருக்கிறது. அது ஒரு திங்கள் கிழமை. விடுமுறைக்கு முன் பள்ளிக்கூடம் தொடங்கின முதல் நாள். லேசாக மழை தூறிக்கொண்டிருந்தது. பள்ளிக்கூடத்தில் சேர்க்கிறேன் என்பதற்காக, அப்பா புதுசாகத் தைச்சுக் கொடுத்த புதுச் சட்டையும் புது கால் சட்டையும் மழையில் நனையக்கூடாது என்கிற கவலை எனக்கு. அப்பா குடையில் ஒண்டிக்கொண்டு, பள்ளிக்கூடம் வந்து விட்டேன். குடையிலிருந்து சொட்டிய நீர், எனது இடது தோளை மட்டும் நனைத்தது. ஆறுதலான விஷயம். புது துணிக்கும் புதுப் புத்தகங்களுக்கும் விசேஷ வாசனை இருக்கும். இரண்டுமே ஒரு வகையான வாசனையுடன் இருப்பது இன்று வரைக்கும் எனக்கு ஆச்சரியம்தான்.

    கமலா டீச்சர் என்னை ஏற இறங்கப் பார்த்தார். கண்ணாடிக் குள்ளிருந்த அவர் கண்களில் மிக மெல்லிசான மை தீட்டியிருந்தார். படிய வாரி, கொண்டை போட்டிருந்தார். அவரிடம் இருந்து 'ரெமி' பவுடர் வாசனை வந்தது.

    "என்ன பேர்?" என்று அப்பாவிடம் கேட்டார்.

    "வைத்தி, வைத்தியநாதன்."

    "கடைசி பரீட்சையில் என்ன மார்க்?"

    குறைவான மார்க்தான், சொன்னேன். வெட்கமாக இருந்தது.

    "ஏன் இவ்வளவு குறைச்சல்? பரவாயில்லை. இங்கே நான் பார்த்துக் கொள்வேன். பிள்ளைகளைப்

படிக்க வைத்து விடலாம், கவலைப்படாதீர்கள். பிள்ளைகள் சரியாகப் படிக்கவில்லையானால், அது வாத்தியார்களுடைய குற்றம்தான்."

கமலா டீச்சர் என் மனசுக்குள், அந்த கணத்தில் வந்து உட்கார்ந்துகொண்டார். 'என்னது... இந்த மார்க்கைச் சொல்ல உனக்கு வெட்கமாக இல்லை. மண்டையில் இருப்பது மூளையா? களிமண்ணா?' என்றுதான் வாத்தியார்கள் என்பவர்கள் சொல்வார்கள். டீச்சர் என்னை விட்டுக் கொடுக்காமல் பேசியது, எனக்கு மிகுந்தத் தெம்பைத் தந்தது. அந்த நிமிஷம் எனக்கு அந்தப் பள்ளிக்கூடம் பிடித்துப் போய் விட்டது.

தாத்தா வீட்டில் இருந்துகொண்டு புதுப் பள்ளிக்கூடத்துக்குப் போய் வந்துகொண்டிருந்தேன். வீட்டுக்குப் பின்னால் பெரிய தோட்டம் இருந்தது. ஏரிக்கரை வரைக்கும் நீண்டு செல்லக்கூடிய தோட்டம். ஓர் இலந்தை மரமும், வயசான அரச மரமும் அங்கிருந்தன. தோட்டத்தின் பெரும் பகுதியும் நிழல் செய்தது அந்த மரம். பாரம் இழுப்பவர்போல் சதா சர்வகாலமும் பெரிய மூச்சு விட்டுக்கொண்டிருக்கும் அந்த மரம். நான் அதன் கீழ் இருந்துகொண்டுதான் பாடம் படிப்பேன். வெறி பிடித்தவர் முன் பூசாரி வேப்பிலை சுற்றுவதுபோல அரசமரம் தலையைச் சுற்றிக்கொண்டு இருக்கும். இரவு நேரங்களில் அது பயங்கரமாய்க் கூச்சல் போடும். அரச மர இலைகள் மிகவும் அழகானவை. அன்று பழுத்திருக்கும் இலைகள், முனையில் காய்ந்து சுருங்கின கோவணத்துணி மாதிரி இருப்பது வேடிக்கை. நான் ஒரு புத்தகத்திற்குள் இரண்டு மூன்று இலைகளையாவது வைத்திருப்பேன். காய்ந்த இலை, செம்பழுப்பாய், கஞ்சி போட்டு இஸ்திரி போட்டதுபோல விரைப்பாய் இருக்கும். கமலா டீச்சர் ஒருநாள், இந்த அரச இலைகளைப் பார்த்துவிட்டார். என்னைப் பார்த்துச் சிரித்தார். அப்போதுதான் அவருடைய அந்த தெற்றுப் பல்லைக் கவனித்தேன். 'தங்கமலை ரகசியம்' ஜமுனாவுக்குக்கூட தெற்றுப் பல் உண்டு. அது அழகாகவே இருந்தது.

"எதுக்கு இந்த இலை?" என்று கேட்டார், கமலா டீச்சர்.

நான் மௌனமாக இருந்தேன்.

"மயில் இறகு தர்றேன், வச்சுக்கோ. குட்டிப் போடும்."

"போன வருஷம் வச்சிருந்தேன் டீச்சர். நிறைய குட்டிப் போட்டுச்சு. ஆறு மாசத்துக்கு ஒரு குட்டிப் போடும்"

பிரபஞ்சன் | 49

“ஓ” என்றார் அவர். புருவங்களை மேலே உயர்த்திக்கொண்டு இந்தச் சின்ன விஷயம்கூட டீச்சருக்குத் தெரியவில்லையே, அதை நான் சொல்லும் படி ஆயிற்றே என்று எனக்கு சந்தோஷம்.

குக்கிராமத்துப் பையனாகிய எனக்கிருந்தக் கூச்சத்தை, தெளிய வைத்தது, டீச்சர்தான். இங்கே இருப்பது மாதிரி சிமெண்ட்டுப் பள்ளி அல்லவே! நான் படித்த எங்கள் ஊர் தென்னங்கீற்றுப் பள்ளி இங்கே ரெட்டைச் சடை போட்ட, பெரிய பாவாடை கட்டிய பெண்கள் வேறு என்னுடன் படிக்கிறார்களே, அதோடு, அப்பா எனக்குத் தைத்துக் கொடுத்த அரைக்கால் சட்டை, உண்மையில் அரைக்கால் சட்டையாகவே இருந்தது. ‘வளர்கிற பையன்’ தாராளமாக இருக்கட்டும் என்று அப்பா டெய்லரிடம் சொன்னதுதான் தாமதம், டெய்லர் மார்புக்கும் முட்டிக்கும் அளவெடுப்பார். ‘தொளபுளா’ என்று கால் சட்டை, முக்கால் பேண்ட் என்கிற வடிவம்கொண்டு மிளிரும் அதைப் போட்டுக்கொண்டு தெருவில் நடப்பது என்பது ஒரு மகா அவமானம்.

இது மாதிரியான ஒரு கால் சட்டையும், காமராஜர் சட்டை மாதிரி ஒரு ‘தொளபுளா’ சட்டையும் அணிந்துக்கொண்டு, பள்ளிக்கூடத்தில் அவமானம் பிடுங்கித் தின்ன, முடிந்தவரை ஒதுங்கியே இருப்பேன். டீச்சர் என் கையைப் பிடித்து இழுத்துக்கொண்டு போய், கபாடியில் சேர்த்தார். அதோடு, என்னை வகுப்பு மானிட்டராகவும் ஆக்கினார். வெகு சீக்கிரத்தில் கபாடி ஆட்டத்தில் வல்லவனானேன். கோட்டைத் தாண்டி வரும் எந்த பீமனையும் கோழிக் குஞ்சு அமுக்குவது மாதிரி அமுக்கிப் பிடித்தேன். மானிட்டர் வேலை என்பது அலாதியானது. பையன்களைப் பயப்படுத்தும் பதவி அது. வகுப்புக்கு வராமல் புளியந்தோப்புக்குள் புகுந்து புளி தின்கிற பையன்கள், மாந்தோப்புக்குள் மாங்காய் கொள்ளை அடிக்கும் பையன்கள், மதியத்துக்கு மேல் டிமிக்கி கொடுத்து விட்டுச் சினிமாவுக்குச் செல்லும் பையன்கள் ஆகியோரைக் கண்காணித்துப் பள்ளிக்கூடத்துக்குத் தூக்கிக்கொண்டு வருகிற வேலை என்னுடையது. கபாடி ஆட்டம் எனக்குள் இருந்த காட்டுப் பலத்தை ஒழுங்குப்படுத்திப் பயன்படுத்தும் பயிற்சியாக அமைந்தது. மானிட்டர் வேலையோ ஒரு மேற்பார்வையாளனின் ஆகிருதியை எனக்குக் கொடுத்தது. பள்ளியில் எனக்கொரு முகம் கொள்ள அனுசரணையாக அமைந்தது. கமலா டீச்சர், பையன்களுக்குள்

இருக்கும் பையன்களுக்கு வாத்தியாராக இருந்தார். பெண்களுக்கும் இருக்கும் பெண்களைக் கண்டுபிடித்தார்.

கமலா டீச்சர் வீட்டுக்கு ஒரு நாள் போயிருந்தேன். ஏராளமான கட்டுரை நோட்டுகளையும் வீக்லி டெஸ்ட் பேப்பரையும் எடுத்துக்கொண்டு நான் அவர் பின்னால் அவர் வீட்டுக்குப் போனேன். குதிரை வண்டிப் பேட்டைக்குப் பக்கத்தில் அவர் வீடு இருந்தது. குதிரைகளில் இருந்து வரும் பச்சிலை வாசனை, சுவாசிக்க மிகவும் ரம்மியமானது. கமலா டீச்சர் வீட்டில் அவர் அப்பாவும், அம்மாவும் இருந்தார்கள். டீச்சருக்கு ஓர் அண்ணன் இருந்தார். அவர் புது தில்லியில் உத்தியோகத்தில் இருந்தார். அப்பாவையும் அம்மாவையும் பராமரிக்கும் பொறுப்பு, டீச்சரைச் சேர்ந்து விட்டது என்பதைப் பின்னால் அறிந்தேன். அப்பா, சாய்வு நாற்காலியில் உரித்த கோழி மாதிரி ஒடுங்கிப் போய் இருந்தார். அவர் கையில் ஓர் ஆங்கிலப் பத்திரிகை இருந்தது. காலை மாலை எந்த நேரத்திலும் அவர் அதை வாசித்தபடி இருப்பார். அப்பாவைப்போலவே அம்மாவும் இருந்தார். அம்மா, மதியங்களில் வாசல்படியில் தலை வைத்துப் படுத்திருப்பார். காலை மாலைகளில் வாசலில் காலைத் தொங்க விட்டுக்கொண்டு தூணில் சாய்ந்துகொண்டு ஆகாயத்தைப் பார்த்துக்கொண்டு அமர்ந்திருப்பார். மேக ஓட்டத்தில் எதையோ தேடுவதுபோல இருக்கும் அவரது பார்வை. என்ன தேடினார் என்பது எவருக்கும் புரியாத புதிர்தான். என் பாட்டி, அந்த அம்மாவுக்குச் சித்தப்பிரமை. ஆகவே சமைப்பது, வீடு பெருக்குவது, முதலான காரியங்களையும் கமலா டீச்சரே பார்க்கும் படியாயிற்று.

கட்டுரை, நோட்டுகளைச் சுமந்துகொண்டு, கர்வத்துடன் நான் டீச்சருக்குப் பின் சென்று ராஜாவுக்குப் பின்னாலே செல்கிற அடப்பக்காரன் மாதிரி, என் கிளாசைச் சேர்ந்த மனோன்மணியும், ராசாத்தியும் என்னைப் பார்த்து ஏதோ கேலியாகச் சொன்னது தெரிந்தது. அது பொறாமையில் விளைந்த கேலியாகத்தான் இருக்கும். வீடு சேர்ந்தவுடன், என்னைத் தன் அறைக்குள் அழைத்துச் சென்று உட்காரச் சொன்னார் டீச்சர். மேஜையை ஒட்டிய நாற்காலியில் அமர்ந்தேன். பாயும் தலையணையும் சுவர் ஓரமாகச் சுற்றி வைக்கப்பட்டிருந்தன. மேஜை மேல், கச்சிதமாக அடுக்கி வைக்கப்பட்டிருக்கும் நோட்டுக்குகள், சுவரில் ஒரு முகம் பார்க்கும் கண்ணாடி, அதன் அருகே வைக்கப்பட்டிருந்த

கேசவர்த்தினி தைலம், பச்சை ரெமி பவுடர் டப்பா, ஒரு பழங்கால மர அலமாரி, அந்த அலமாரிக்குள் இருந்த புடவைகள் என்று இவ்வளவே டீச்சரின் அறை.

"இரு" என்றுவிட்டு, வெளியே போய்த் திரும்பினார் டீச்சர். வந்து ஒரு துண்டால் முகம் துடைத்துக்கொண்டார். கொண்டையில் இருந்த ஊசிகளை ஒவ்வொன்றாக எடுத்து மேஜை மேல் வைத்து விட்டு, கொண்டையை அவிழ்த்து விட்டு, சீப்பால் வாரத் தொடங்கினார். டீச்சரின் செய்கை எனக்கு ஆச்சரியமாக இருந்தது. இது எனக்கு இயல்புபோல, நான் மேஜையில் இருந்த நோட்டுக்களைப் பார்வையிட்டபடி அமர்ந்திருந்தேன்.

"சாப்பிடறியா, என்ன சாப்பிடறே?"

"ஒன்னும் வேணாம் டீச்சர்."

"சும்மா சாப்பிடுப்பா. எனக்கும் பசிக்குது. அம்மாவும் கேட்கும்."

டீச்சர் அறையை விட்டுச் சென்று, திரும்பினார். இரண்டு தட்டுகளில் ஆவி பறக்கும் உப்புமா. கொக்கு இறக்கை மாதிரி நீள நீளமான வெங்காய சீவல்களோடு இருந்தது. நாங்கள் சாப்பிடத் தொடங்கினோம்.

"தாத்தா பாட்டியெல்லாம் நல்லா இருக்காங்களா?"

"இருக்காங்க டீச்சர்."

"அம்மாவை விட்டுப் பிரிஞ்சு வந்தது கஷ்டமா இல்லியே.?"

"இல்லே டீச்சர்."

"குட், அப்படித்தான் இருக்கணும். அம்மா அப்பாவையே சுத்திக்கிட்டு இருந்தா முன்னேற முடியாது" என்றவர் எதையோ யோசித்துக்கொண்டிருந்தார்.

"தாத்தா வீட்டிலே சந்தோஷமா இருக்கேல்லியா?"

"இருக்கேன் டீச்சர்."

"இல்லேன்னாலும் ஏற்படுத்திக்கிடணும்."

அப்புறம் டீச்சர் சொன்னார்: "வீட்டுக்குப் போகிற வழியிலே ஜாஸ்மின் வீடு இருக்கு தெரியுமா?"

"தெரியும் டீச்சர். சி கிளாஸ் ஜாஸ்மின்தானே?"

"அவதான். அவ அம்மா இருப்பாங்க. அவங்ககிட்ட, நான் கொடுத்தேன்னு இதைக் குடுத்திடணும்."

டீச்சர், அலமாரியைத் திறந்து மூன்று பத்து ரூபாய்களை எடுத்து என்னிடம் தந்தார்.

"ஜாஸ்மின் அப்பா ஒரு தச்சர். கையில் உளி செதுக்கி வேலைக்குப் போகாமல் வீட்டிலே இருக்கார். அவருக்கு நாம்மால ஆனது."

நான் பணத்தை வாங்கிக்கொண்டு புறப்பட்டேன்.

கமலா டீச்சர் கணக்கு டீச்சராகத்தான் வேலையில் சேர்ந்தாராம். அப்புறம் தமிழ், வரலாறு என்று தனித்தனியாகப் படித்துப் பாஸ் செய்தாராம். பள்ளிக்கூடத்தில் அவர் துணை ஹெட்மிஸ்ட்ரஸாக இருந்தாலும், எல்லா வகுப்புக்கும் ஆசிரியர்கள் வராதபோது, அவரே பாடம் எடுப்பார். எந்தப் பாடத்தை எடுத்தாலும், அதைக் கரைத்துக் குடித்தவரைப்போல அழகாக எடுப்பார். கணக்கோ மற்றப் பாடங்களோ வராத மாணவ, மாணவியர்களைச் சாயங்காலங்களில் வீட்டுக்கு அழைத்து இலவசமாக டியூஷன் எடுப்பார். அதற்குப் பெற்றோர்கள் பணம் கொடுக்க முன் வந்தாலும் வாங்கிக்கொள்ள மாட்டார்.

விடுமுறை தினங்களான சனியும் ஞாயிறும் டீச்சருக்கு கொள்ளை வேலை வந்து விடும். டீ கடைக்காரர் முதல் ரேஷனுக்கு விண்ணப்பித்தவர்கள்வரை கடிதம் எழுதவதற்கு டீச்சரிடம் வந்து விடுவார்கள். டீச்சருக்கு அவர் குடியிருந்த குதிரைக் குட்டித் தெருவிலும், அடுத்துள்ள மூன்று நான்கு தெருவிலும் உள்ள குடும்பங்களின் விவகாரம் அத்துப்படியாக இருந்தது. அஞ்சலை கட்டிக்கொண்டு புருஷன் வீட்டிற்குப் போனவள், இதுவரை காகிதமே போடாதது ஏனென்று கேட்டு அம்மா சார்பாக டீச்சரே கடிதம் எழுதுவார். ராமக்கோனார் வீட்டுப் பசு கன்று போட்டது, மரத்தடி வீட்டுப் பையன் நாலாவது முறையாகத்தான் எஸ். எஸ். எல். சி. பாஸ் பண்ணினது, ராமக்காவின் ஊரிலுள்ள நாத்தனார் பெண் கருப்பு வந்து தொந்தரவு கொடுத்த விஷயம் முதலாக, அவளிடம் படித்த பையன்கள், பெண்களின் அத்தனை பேர்களின் வேலை வாய்ப்பு, மற்றும் விவாக விஷயங்களில் மிகவும் கவனமெடுத்துக்கொண்டு, தன்னால் ஆனதை செய்துக்கொண்டே இருக்க வேண்டும் டீச்சருக்கு.

டீச்சரின் மேல் ஊர் ஜனங்களுக்கு இருந்த மரியாதையை, நானே ஒரு முறை பார்க்க நேர்ந்தது. டீ கடை கிஷ்டனுக்கு கடை வைக்க பிரசிடெண்ட், சேர்மன்வரை அலைந்து

இடம் வாங்கிக் கொடுக்க உதவியவர் டீச்சர். டீச்சர் இந்த அலைச்சலின்போது என்னையும் அழைத்துக்கொண்டு செல்வார். பிரசிடென்ட் வீட்டிலிருந்து டீச்சரும், கிஷ்டனும், நானும் திரும்பி வந்துகொண்டிருந்தோம். மார்க்கெட்டில் ஒரு பெட்டிக்கடை வாசலில் மோட்டார் சைக்கிளுடன் வெளியூர் என்று கூறும் படியாக இரண்டு, மூன்று இளைஞர்கள் நின்றிருந்தார்கள். தமக்குள் ஏதோ சப்தம் போட்டும், சிரித்தபடி பேசிக்கொண்டிருந்த அவர்கள், கடக்கும்போது டீச்சரை சம்பந்தப்படுத்தி என்னவோ சொன்னார்கள். டீச்சரின் கொண்டை அவர்களை கவர்ந்திருக்கும் போலும். எம். ஜி. ஆர். சண்டை, பானுமதி கொண்டை என்று ஆரம்பித்து வண்டையான ஒரு வார்த்தையில் அவர்கள் முமடித்தார்கள். அவ்வளவுதான் கிஷ்டன் பாய்ந்து சென்று கறுப்புக் கண்ணாடி அணிந்த இளைஞனின் கன்னத்தைப் பார்த்துப் பேய் அறையாக ஓர் அறை அறைந்தான். அடுத்த நிமிஷம், மார்க்கெட்டின் கடைக்காரர்களும் ஜனங்களும் சேர்ந்துகொண்டார்கள்.

“எங்க டீச்சரம்மாவைப் போய் வண்டையாவா பேசறீங்க?” என்ற படி சாத்தி எடுத்து விட்டார்கள். சண்டை உச்சத்திலிருக்கும்போது கமலா டீச்சர், “போதும் போதும்” என்று அடிப்பவர்களைப் பார்த்து கத்தினார்கள். ஜனங்களுக்கு இங்கு டீச்சரே முக்கியமில்லை. அவரது கௌரவம் முக்கியமாகி விட்டது.

ஒருநாள் டீச்சர் என்னிடம் “இன்னிக்கு என்னோட வீட்டுக்கு வா” என்று சொன்னார்கள். சொல்லிவிட்டுச் சிரித்தார். அப்படிச் சிரிக்கும்போது அவர் கன்னத்தில் ஒரு கோலி குண்டை நிறுத்தும் அளவுக்குக் குழி விழுந்தது. வெள்ளை வெளேரென்று கொஞ்சமும் காவியடியாத பற்கள் அவருக்கு.

“என்ன டீச்சர் விசேஷம்?”

“வாடான்னா வா?”

அன்று மாலை பள்ளி விட்டு நானும் டீச்சருடன் அவர் வீட்டிற்குப் போனேன். டீச்சர் எப்பொழுதும் குடையைப் பிடித்துக்கொண்டுதான் நடப்பார். வெயிலோ, மழையோ இரண்டுமற்ற மாலைப் பொழுது, எப்பொழுதானாலும் அவரிடம் குடை இருக்கும். கர்ணனின் கவச குண்டலம்போல! டீச்சரை விட்டு அந்தக் குடை பிரியாது.

வீட்டில் சிறு கும்பல் ஒன்று காணப்பட்டது. வீட்டு நடுக்கூடத்தில் ஜமுக்காளம் விரித்து ஆண்களும், பெண்களும் அமர்ந்திருந்தார்கள். அப்பா சட்டைப் போட்டுக்கொண்டு, அதிசயமாகக் கையில் பேப்பரில்லாமல் சாந்தமாக அமர்ந்திருந்தார். அம்மா, வழக்கம்போல் வாசலில் காலை தொங்கப் போட்டுக்கொண்டு ஓடும் மேகங்களைப் பார்த்துக்கொண்டு இருந்தாள். அப்பா எழுந்து டீச்சர் அருகில் வந்து மெதுவாக, "இன்னிக்காவது லீவு போட்டுட்டு வந்திருக்கலாம். மாப்பிள்ளை வீட்டார் வந்து காத்திருக்கும் படியா ஆச்சு. சட்டுன்னு காபி போட்டு, முகத்தை அலம்பிட்டு வந்து சேரு" என்றார். டீச்சர் உள்புறம் போய் விட்டார். நான் கூட்டத்தோடு அமர்ந்துகொண்டேன். சற்று நேரத்திற்கெல்லாம் டீச்சரே காபி போட்டுக்கொண்டு, புதுசாக பச்சை பட்டுப் புடவை கட்டிக்கொண்டு, ஒரு கல்யாணப் பெண்ணாக மாப்பிள்ளை வீட்டார் முன் வந்து நின்றார். நான் மாப்பிள்ளை என்பவரை, கவனித்தேன். ஆண்கள் மூன்று பேரில் இளைஞனாக இருந்தவர்தான் மாப்பிள்ளையாக இருக்கும் என்று அனுமானித்துக்கொண்டேன்.

எல்லோரும் காபி சாப்பிட்டார்கள். எல்லோரும் டீச்சரையே பார்த்துக்கொண்டிருந்தார்கள். டீச்சர் வாசல் முனையில் இருந்த தூணில் சாயந்துகொண்டு நின்றிருந்தார். அந்த நிலையில் அவரைப் பார்க்கையில் எனக்குப் பாவமாக இருந்தது. ஓர் அம்மாள், "இன்னிக்காவது லீவு போட்டுட்டு பொண்ணா லட்சணமா வீட்டோடு இருந்திருக்கலாம்" என்றார். அதற்கு டீச்சரின் அப்பா இருந்துகொண்டு, "அவளுக்குப் படிப்பும், பள்ளிக்கூடமும் முக்கியம். அவள் ஒரு டீச்சர்" என்றார்.

"படிப்பாவது, புடலங்காயாவது? கல்யாணத்திற்குப் பிறகு புள்ள பெத்து வளர்க்கவே, நேரம் சரியாப் போயிடும். எங்க வீட்டில பொம்பளைய வேலைக்கு அனுப்பி சம்பாதிக்க விடற ஆம்பிளைங்க யாரும் இல்லே"

டீச்சர் சரேலென்று எழுந்தார். "கல்யாணத்திற்குப் பின்னாலும் நான் வேலையை விடமாட்டேன்."

காலை இரண்டாம் பீரியட் நடக்கும் பொழுது அந்தச் செய்தி வந்தது. டீச்சரின் அம்மா காலமாகி விட்டார். வாசலில் காலை தொங்கப் போட்டுக்கொண்டு, ஓடும் மேகங்களைப் பார்த்தபடியே அவர் காலமானார். நாங்கள் டீச்சர் வீட்டிற்குப்

போனோம். அம்மாவை வாசலில் கிடத்தியிருந்தார்கள். அப்பா அம்மாவின் தலைமாட்டில் உட்கார்ந்திருந்தார். டீச்சர் அழுது புலம்பவில்லை. அவர் கண்கள் சிவந்திருந்தன. என்னைப் பார்த்ததும் அவர் உதடுகள் லேசாக துடித்தன. இரண்டாம் நாளே டீச்சர் பள்ளிக்கூடத்திற்கு வந்துவிட்டார்.

அன்று மாலை பள்ளிகூடத்தை விட்டு நாங்கள் ஒன்றாய் கிளம்பினோம்.

“அம்மா நோவா இருந்தாங்களா டீச்சர்?”

“நோவு மனசுலதான். அம்மாவுக்கு எனக்கு கல்யாணம் ஆகலையேன்னு நோவு. அப்பாவுக்கு ஆயிடக்கூடாதேன்னு நோவு. அம்மா ரொம்ப நாளைக்கு முன்னாலேயே அவங்களை மறந்துட்டாங்க. வானத்தையே பார்க்க ஆரம்பிச்சுட்டாங்க.”

சுமதி ஒன்பது ‘பி’யில் படித்துக்கொண்டிருந்தாள். அழகாகச் சிரிப்பாள். ஒருமுறை என்னிடம் வரலாறு நோட்ஸ் கேட்டாள். நான் அவளிடம் ஒருநாள் “டைம் என்ன?” என்று கேட்டேன். அவள் நின்று பதில் சொன்னாள். நான் “தேங்க்ஸ்” என்றேன். நான் உடனே அவளுக்குக் காதல் கடிதம் எழுதினேன். ‘வானத்து வெண்ணிலவே’ என்று ஆரம்பித்தேன். இரண்டு நாட்கள் அவள் பின்னால் சுற்றி அந்தக் கடித்தத்தை அவளிடம் கொடுத்தேன். அவள் அதை வாங்கிக்கொண்டாள். அவள் அதை என் ஹெட்மாஸ்டரிடம் கொடுத்து விட்டிருக்கிறார். ஹெச். எம். என்னை அழைத்து, “என்ன இது, பொறுக்கித்தனம்?” என்றார். சீட்டு கிழிப்பது என்று முடிவெடுத்தார்கள். கமலா டீச்சர், ஹெச். எம். மிடம் மன்றாடி என்னைப் பிழைக்க வைத்தார்.

டீச்சர் என்னிடம் சொன்னார். “வைத்தி, நீ ஒண்ணும் தப்பு செய்திடலை. ஆனால், இது அவசரம். இன்னும் நிறைய பெண்களைப் பார், பழகு. அதில் ஒருத்தியைத் தேர்ந்தெடு. உன் நிலைமை உயர உயர உயர்வான பெண்கள் உனக்குக் கிடைப்பார்கள்” என்றார்.

பள்ளி இறுதி வகுப்பு முடிந்து நான் கல்லூரிக்குச் சேரப் புறப்பட்டேன். டீச்சர் எனக்கு இரண்டு சட்டையும், பேன்டும் தைத்து கொடுத்தார். முதல் முறையாகப் பேன்ட் அணியும் பொழுது நான் ஒரு முழு ஆண்பிள்ளை என்கிற எண்ணம் எனக்கு ஏற்பட்டது. செலவுக்கென்று எனக்கு டீச்சர் தனியாகப் பணம் கொடுத்தார். புறப்படும் பொழுது “வைத்தி, நல்லா படிக்கணும்.

படிப்புதான் மனுஷனை மனுஷனா வாழவைக்கும். நிறையப்படி! நிறைய யோசி! உனக்கு எது தேவைன்னாலும் என்னிடம் கேளு" என்றார். ஊருக்குப் புறப்படும் நாள் பஸ் ஸ்டாண்டுக்கு வந்தார். ஜன்னல் ஓர இருக்கையில் அமர்ந்து கொள்ளச் சொன்னார். வண்டி புறப்படுகையில் ஆரஞ்சும் ஆப்பிளும் கொண்ட ஒரு பையை என்னிடம் கொடுத்தார். என் வண்டி புறப்பட்டது.

என் திருமணத்திற்கு டீச்சர் வரவில்லை. வாழ்த்து மட்டும் அனுப்பியிருந்தார். பள்ளிக்கூட அட்மிஷன் நேரம் ஆகவே வரமுடியவில்லை என்று வருத்தம் தெரிவித்து இருந்தார். தாத்தாவும் பாட்டியும் காலமாகி தாத்தா வீடும், ஊரும் எனக்கு நினைவாக மட்டுமே மாறிப் போய் இருந்தன. அந்த ஊரில் என் நெருங்கிய உறவினர் திருமணம் ஒன்று நிகழ்ந்ததை முன்னிட்டு நான் போயிருந்தேன். திருமணம் முடித்து டீச்சரைப் பார்க்க அவர் வீட்டிற்கு நான் சென்றிருந்தேன். டீச்சர் இருந்த வீடு மாணவிகள் விடுதியாக மாறியிருந்தது. ஒரு வீட்டின் மாடியில் டீச்சர் வாடகைக்குக் குடியிருந்தார். என்னைக் கண்டதும் "வா, வா வைத்தி" என்றார். தலை, வெளுத்தத் தலையணை உறை மாதிரி இருந்தது. முகச் சுருக்கம் ஏற்பட்டு விட்டது. ஆனாலும் அந்த வெள்ளைச் சிரிப்பும், கன்னக் குழியும் அப்படியே இருந்தது. என் மனைவி, குழந்தைகளைப் பற்றி விசாரித்தார். டீச்சர் கல்யாணம் செய்து கொள்ளவில்லை. "இப்படி தனிமை, உங்களுக்கு கஷ்டமா இல்லையா டீச்சர்?" என்று கேட்டேன்.

"இல்லை நான் ஒரு டீச்சர். அதில்தான் எனக்கு சந்தோஷம், திருப்தி எல்லாம். ஒரு மனைவியா, புருஷன் புள்ளைன்னு எனக்கிருக்க முடியாது. எனக்கு இதுதான் சரி. இன்னும் ஒரு தடவை தொடக்கத்திலிருந்து என்னை வாழச் சொன்னா, நான் டீச்சராத்தான் வாழ்வேன்"

கமலா டீச்சர் அண்மையில் காலமானார். ஊரார் அவர் நினைவை சாஸ்வதம் ஆக்க ஏதோ முயற்சிகளில் ஈடுபடுகிறார்கள் என்று நான் கேள்விப்படுகிறேன். அவர் அடக்கச் செலவுக்கு அவரே பணம் தயாரித்து வைத்திருந்தார். அவர் வீட்டை மாணவர் இல்லத்திற்கு அன்பளிப்பாக வழங்கிவிட்டார். கையிலிருந்த ரொக்கத்தை அனாதை மாணவர்களுக்கு என்று எழுதி வைத்திருந்தார்.

1992

கரிய முகம்

*க*தவு தட்டப்பட்டது.

"சார்... சார்" என்று அழைக்கும் குரலில், ரகசியம் இருந்து. ரேடியம் அலாரம் மணி இரண்டு இருபதைக் காட்டியது. வெளியே இருட்டு, குளிரும் கண்ணாடி வழித் தெரிந்தன. போர்வையை விலக்கிக்கொண்டே, கதவின் அருகில் போனேன். கதவை ஒட்டி சாருவும், குழந்தைகளும் உறங்கிக்கொண்டிருந்தார்கள். சப்தம் கேட்டு அவர்கள் எழுந்து விடக்கூடாது, மெதுவாகக் கதவைத் திறந்தேன்.

வீட்டுக்காரர் நின்றிருந்தது புகைப்படம் போல் தெரிந்தது. நான் குடியிருந்தது இரண்டு மாடி வீடு. தரைப் பகுதியில் வீட்டுக்காரர் உறவினர் குடும்பமும், முதல் மாடியில் வீட்டுக்காரர் குடும்பமும், இரண்டாம் மாடியில் நாங்களும் குடியிருந்தோம். வீட்டுக்காரர் என்றதும் கடுமையான, பணத்தில் கறாரான மனிதர் ஒருவரின் முகம் உங்களுக்கு நினைவில் வரலாம். வந்தால் அது தவறு. தமிழகத் தலைநகரில் சிதைந்துகொண்டே வாழ்ந்துகொண்டிருக்கும் மனிதர்களில் ஒருவர் அல்லர் அவர்.

"என்ன சார்?" என்றேன் நானும், என் குரலும் ரகசியக் குரலாக, நான் அறியாமலே ஆகியிருந்தது.

"பக்கத்து வீட்டில் திருடன் புகுந்திருக்கிறான். ஒருத்தன் உள்ளே இருக்கிறான். ஒருத்தன் நம்ம வீட்டு மொட்டை மாடியில் இருக்கிறான். கதவைச் சாத்திக் கொள்ளுங்கள். நான் சத்தம் போட்டால் மட்டும் கதவைத் திறவுங்கள், ஜாக்கிரதை"

அவர், முன்னங்காலில் சப்தம் எழுப்பாமல் படியில் இறங்கினார். நான் கதவைச் சாத்திக்கொண்டேன். திருடன் என்றதும், இரவு நேரத்தில் மனம் சொரசொரக்கத்தான் செய்கிறது. அதுவும் கையெட்டும் தூரத்தில் அவன் இருக்கையில் பாம்பு, பேய்க் கதைகள் மாதிரித் திருடன் கதைகளும் சாஸ்வதமானவை தானே? திருடன் என்பவன் முகமூடி அணிந்து, கையில் கத்தி அல்லது துப்பாக்கி அல்லது உருட்டுக் கட்டை அல்லது சைக்கிள் செயின் என்று ஏதாவது ஓர் ஆயுதத்தை கையில் வைத்துக்கொண்டு திரிபவன் என்று தானே கற்பிக்கப்பட்டிருக்கிறது.

கதவைச் சரியாகத் தாழ்ப்போட்டிருக்கிறேனா என்பதை மீண்டும் மீண்டும் சரி பார்த்துக்கொண்டேன். கதவின் தரம், பலம் குறித்து எனக்குத் திருப்தி ஏற்படவில்லை. ஆகவே எனக்குக் கவலை ஏற்படத்தான் செய்தது. சாருவை எழுப்பலாமா என்று தோன்றியது. ஆனாலும், என்னைவிடவும் அதிகமாக உழைத்துக் களைத்துத் தூங்கும் அவளை எழுப்ப மனம் வரவில்லை.

என் போர்ஷனுக்கு மேல் இருக்கும் மொட்டை மாடியில் 'திடுதிடு' என யாரோ சிலர் ஓடும் சப்தம் கேட்டது. அப்புறம் இரவைக் குறுக்காகக் கிழித்துக்கொண்டு, திருடன் திருடன் என்று அலறல் எழுந்தது. நான் ஜன்னல் திரையை விலக்கிக்கொண்டு வெளியே பார்த்தேன். எனக்கு அடுத்த வீட்டு மொட்டை மாடி மற்றும் மூன்றாவது வீட்டு மாடியில் நிறைய மனிதர்கள் தட்டுப்பட்டார்கள் குழப்பமாகவும் இருந்தது.

சாரு எழுந்துகொண்டாள்.

"என்ன சத்தம்?" என்றாள்.

"திருடன்" என்றேன்.

அவள் சுருங்கியது தெரிந்தது. பிறகு சுதாரித்துக் கொண்டாள்.

"...கதவைச் சாத்திக்கொண்டு உள்ளே இரு... நான் போய்ப் பார்த்து வருகிறேன்."

"நானும் வர்றேன்."

"குழந்தைகள் தனியே இருக்குமே?"

அவள் தயக்கத்துடன் "சரி" என்றாள்.

நான் சட்டையை மாட்டிக்கொண்டு புறப்பட்டேன்.

"கதவைச் சாத்திக்கோ"

பிரபஞ்சன் | 59

படியில் இறங்கித் தெருவுக்கு வந்தேன். மாடியைப் பார்த்தேன். சாரு, கைப்பிடிச் சுவரில் சாய்ந்துக்கொண்டு வெளியே நிற்பது தெரிந்தது. அவள் துணிச்சல்காரி. அந்தச் சூழ்நிலையில் சாருவைப் பற்றிப் பெருமிதமும் எனக்கு ஏற்பட்டது.

தெரு சுத்தமாக விழித்துக்கொண்டு, விளக்கு வெளிச்சத்தில் கும்பல் கும்பலாகக் கூடிப் பேசிக்கொண்டிருந்தது. திருடன் பிடிபட்டு விட்டானாம்.

அவரவரும் தங்களுக்குத் தெரிந்த, தாங்கள் சம்பந்தப்பட்ட திருடர் கதைகளைப் பேசிக்கொண்டிருந்தார்கள். ரிடையர்டு ரெவின்யூ ஆபீசர் மகாதேவன், தான் சேலத்தில் ஒரு பெரிய திருட்டுக் கும்பலைப் பிடித்தக் கதையைச் சுவாரஸ்யமாக சொல்லிக்கொண்டிருந்தார். யாருக்குத்தான் கற்பனை இல்லை?

தெருமுனை திரும்பி ஒரு கூட்டம் வந்துகொண்டிருந்தது. திருடன் கையைக் கட்டி அழைத்து வந்தார்கள். திருடன் முகத்தில் முடி இல்லை. வயசும் இருபதுக்கு ஒட்டித்தான் இருக்கும். மெரீனா கடற்கரையில் சுண்டல் விற்கிற சிறுவர்கள் மாதிரி நடுங்கிப் போய் இருந்தான். இவனா திருடன்? 'ஐயோ பாவம்' என்றிருந்தது.

வக்கீல் குமாஸ்தா புகைத்துக்கொண்டிருந்த சிகரெட்டால், அவனைச் சுட்டார். கூட்டம் 'சூ... சூ...' என்றது. வீட்டுக்காரர், "அது தப்பு..." என்றார்.

"சொல்லுடா... கூட வந்தவன் எங்கே? இன்னும் எத்தனை பேர் உங்க கோஷ்டி?" என்றார் வரதராஜன்.

தமிழே தெரியாதவன் போலும், ஊமை போலும், அவன் வாயைத் திறக்காமல் இருந்தான். கல்லூரி மாணவர்கள்போலத் தெரிந்த இரண்டு இளைஞர்கள் திடுமெனப் பாய்ந்து அவனைச் சரமாரியாகத் தாக்கத் தொடங்கினர். அந்தத் திருட்டுச் சிறுவன், கைகள் கட்டப்பட்ட நிலையில் அத்தனை அடிகளையும் வாய் பேசாமல் வாங்கிக்கொண்டு தரையில் அமர்ந்தான்.

எங்கள் வீட்டுக்காரர் அம்மாள்தான் திருட்டு நடந்ததை முதலில் கண்டுபிடித்தவள். ராத்திரி அடுப்பறையில் ஏதோ சத்தம் கேட்டு எழுந்திருந்தாள். தண்ணீர் குடிக்கப் போயிருக்கிறாள். குடித்துத் திரும்புகையில், அடுத்த வீட்டுப் பின் அறையில் விளக்கு வெளிச்சத்தைப் பார்த்திருக்கிறாள். ஊருக்குப் போய்

இருக்கும் ஸ்டேட் பாங்க் தம்பதிகள் வந்து விட்டார்களா என்று ஆச்சரியப்பட்டிருக்கிறாள். தபால்கள் அவர்களுக்கு வந்தவை, தன்னிடம் இருப்பது நினைவுக்கு வந்தது. பாகீரதி அம்மாளின் மகனுக்குக் குழந்தை பிறந்து விட்டதா, என்ன குழந்தை என்று அறிய ஆவல் கொண்டிருக்கிறாள். தபால்களை எடுத்துக்கொண்டு, தெரு வாசலுக்கு வந்திருக்கிறாள். பூட்டு நாதாங்கியோடு பெயர்க்கப்பட்டு தொங்கிக்கொண்டு இருந்தது தெரிந்தது. ஆகவே உள்ளே இருப்பது திருடர்கள் என்கிற சம்சயம் அவளுக்கு ஏற்பட்டிருக்கிறது. நடுங்கிப் போன அவள், திரும்பி வந்து புருஷனை எழுப்பிச் சொல்லியிருக்கிறாள்.

அறைக்குள் இருவரும், மொட்டை மாடியில் ஒருவனுமாக இருந்துகொண்டு அவர்கள் காரியத்தைத் தொடங்கி இருக்கிறார்கள். ஆக, அவர்கள் மூன்று பேர். மேலே இருந்தவன் ஆள் நடமாட்டத்தை அவதானிப்பது. கீழே இருப்பவர்கள், பொருள்களை மூட்டை கட்டுவது அவர்களின் திட்டமாக இருந்தது.

வீட்டுக்காரர், சப்தம் போடாமல் தெருவுக்கு வந்தவர், அடுத்த அடுத்த வீட்டுக் கதவுகளைத் தட்டி, உஷார் படுத்தியிருக்கிறார். ஒரு சிறு கூட்டம் கூடி இருக்கிறது. கூட்டம் பாய்க்காரரின் வீட்டுத் தெருக் கதவைச் சுற்றித் தயாராக நின்றிருக்கிறது. எப்படியும் திருடர்கள் தெரு வழியாகத்தானே வெளியேற வேண்டும்.?

மாடியில் இருந்தவன் அபாயத்தைப் புரிந்துகொண்டிருக்கிறான். விசித்திரமான குரல் கொடுத்துள்ளான். திருடர்கள், சுருட்டிய பொருளுடன் வெளியே வந்தவர்கள் பொருள்களைப் போட்டுவிட்டு, கூட்டத்தை இடித்துத் திமிறிக்கொண்டு ஓடியிருக்கிறார்கள். கூட்டம் துரத்தியிருக்கிறது. ஒருவன் சிக்கிக்கொண்டான்.

அவன் பெயர் செங்கோடனாம். நிறைய அடிகளை வாங்கிக்கொண்ட பிறகு அவன் அதைச் சொன்னான். மூகம் வீங்கியிருந்தது. உதடுகள் கிழிந்து இரத்தம் கசிந்தது. உடம்பை உதறிக்கொண்டு, மழைக் காலத்துச் சிட்டுக் குருவி மாதிரி அமர்ந்திருந்தான் அவன். யாரோ ஒரு மனிதர் வந்து அவன் முகத்தில் உதைத்தார். அவன் தரையில் விழுந்தான். அவன் கைகள் இன்னும் கட்டப்பட்ட நிலையிலேயே இருந்தன.

வீட்டுக்காரர் சொன்னார்.

"சார்... அப்படியெல்லாம் ஒரு மனுஷனைச் சித்திரவதை செய்யக்கூடாது."

"திருடனுக்கு என்ன சார் வாக்காலத்து?"

"திருடனா இருக்கலாம். அவனும் நம்மைப்போல மனுஷன்தான். அவனைப் போலீசிடம் ஒப்படைக்கலாமே... அதுதானே சரி?"

"அவன்கள் காசு வாங்கிக்கொண்டு விட்டு விடுவான்கள். இவனை அடித்துக் கொல்வதுதான் சரி"

அவர் அவனை மீண்டும் தன் பூட்ஸ் காலால் உதைத்தார்.

"சார், இது அநியாயம்" என்று மட்டும்தான் என்னால் சொல்ல முடிந்தது.

செங்கோடன் அழுக்குப் பனியனும், நாலு முழ வேஷ்டியும் அணிந்திருந்தான். பனியன், அடி உதைகளால் கிழிக்கப்பட்டிருந்தது.

"தண்ணி... தண்ணி..." என்று முனகினான் அவன்.

வீட்டுக்கார அம்மாள் ஒரு லோட்டாவில் தண்ணீர் கொண்டு வந்து கொடுத்தாள். மடக் மடக்கென்று சப்தம் வர அவன் அதைக் குடித்தான்.

"இவனை என்ன செய்வது?"

"போலீஸ்ல ஒப்படைச்சுடலாம்."

ஒருவர் வந்து, "எந்திரிடா" என்றார்.

"என்னை விட்ருங்க அண்ணா... போலீசுகிட்டே ஒப்படைக்க வேணாம். இனி திருட மாட்டேன்" என்று திக்கித் திணறிச் சொன்னான் அவன். கை கூப்பினான்.

வலுக்கட்டாயமாக அவனை எழுப்பி நிறுத்தினார் ஒருவர். அவன் சரிந்து விழுந்தான்.

"ஐயோ" என்றாள் வீட்டுக்கார அம்மாள்.

"வெறும் நடிப்பு சார் அது."

"உதைங்க, எழுந்திருவான்."

ஒருவர் பிரம்பை எடுத்து வந்து அவனை சுளீர் எனத் தாக்கினார். அவன் துடித்தபடி எழுந்தான்.

போலீஸ் ஸ்டேஷனை நோக்கி அந்த ஊர்வலம் புறப்படத் தயாராகியது. வீட்டுக்காரர் சட்டையை மாட்டிக்கொண்டு புறப்பட்டு வந்தார்.

"உம்... புறப்படுங்க" என்றபடி முன்னால் நடந்தார் அவர்.

கூட்டத்தை விலக்கிக்கொண்டு வீட்டுக்கார அம்மாள் வந்தார். அவர் கை டம்ளரில் டீ இருந்தது.

"என்னடி இது" என்றார் வீட்டுக்காரர்.

"டீ... ஆனாலும் அந்தக் குழந்தையை அப்படிப் போட்டு அடிச்சிருக்கப்படாது" என்றார் அந்த அம்மாள்.

செங்கோடன் டீயைக் குடித்தான்.

ஊர்வலம் தொடர்ந்தது.

1991

காக்கைச் சிறகு

'**கா**க்கைச் சிறகு' என்ற பெயரில் டைரக்டர் ரெட்டி படம் பண்ணப் பூஜை போட்ட அன்றுதான், கிருஷ்ணமூர்த்தி அவரிடம் அசோசியேட்டாகச் சேர்ந்தான்.

ரெட்டிக்கு வயசு நாற்பத்து ஐந்து என்று சொன்னார்கள். சினிமாவில் சுமார் இருபது வருஷ அனுபவங்கள் இருந்தன. கிளாப் அடித்து, டிராலி தள்ளி, டைரக்டர் ஆனவர். சொந்தத் தயாரிப்பில் வளர்ந்த மனிதர். இந்த இருபது ஆண்டு காலத்திலும், அவர் கொடுத்தது நாலு படங்கள்தான். என்றாலும் என்ன, இரண்டு படங்கள், மாநில மொழிகளில் சிறந்த படமாகத் தேர்வு பெற்றன. தமிழ்ச் சினிமா வரலாறு, ரெட்டியைத் தொடாமல் கடக்க முடியாது என்று அறிவாளர்கள் சொல்கிறது. பொய்யில்லை. 'காக்கைச் சிறகு' ரெட்டியின் ஐந்தாவது படம்.

"மூர்த்தி! வழக்கம் போலவே, இதுவும் என் சொந்தப்படம்தான். புரொடியூசருக்குக் கதை சொல்றது எவ்வளவு அலுப்பு தெரியுமா? ரெட்டி படம் பண்ணால், அது ஆர்ட் பிலிமாகத்தான் இருக்கும். அவார்டு வாங்கும். ஆனால் ஜனங்கள் ரசிக்கிற மாதிரி படம் பண்ண மாட்டார், அப்படீன்னு என்னைப் பற்றி ஒரு வதந்தியைக் கிளப்பி விட்டிருக்கானுக. அதைப் பொய்யாக்கணும். படமும் நல்லா இருக்கணும். நல்லாவும் ஓடணும். சரிதானா? நான் ஏன் இந்த புரொடியூசர்களுக்குக் கதை சொல்றது இல்லை தெரியுமா? நாம்ப வாழ்க்கையிலேந்து

கதையை எடுக்கறோம். அவன் சினிமாவிலேர்ந்தே சினிமா எடுப்பான். அப்புறம் இந்த டிஸ்டிரிபூட்டர்ஸ் அவன் ஒரு கதையை மனசுக்குள்ளே வச்சிண்டு, நம்ப படத்தில் அதைத் தேடுவான். வேணாம், நாலு படம் என் திருப்திக்குப் பண்ணேன். இதையும் அப்படியே பண்ணிப்பிடுவமே, என்ன சொல்றே?"

மூர்த்தி, ரெட்டியின் மூர்க்கத்தை வெகுவாக ரசித்தான்.

"அப்படியே பண்ணிப்பிடலாம் சார். இப்போ பண்ணப் போற சப்ஜெக்ட் நிச்சயம் உங்களுக்குப் புகழையும் பணத்தையும் தரும்" என்று உண்மையாகவே நினைத்துச் சொன்னான்.

"கேஷ் ரெடி மூர்த்தி. பாதிப் படத்துக்குப் பணம் புரட்டிட்டேன். இன்னும் ஒரு மாசத்துக்குள்ளே முழுப் பணமும் வந்திடும். பூஜை போட்டுடலாம். ஒரு நாளைச் சொல்லு"

ரெட்டி, பூஜை போடுவதும் ஒரு வித்தியாசமாகாத்தான் இருக்கும். இருக்கிற அத்தனை சாமிப் படங்களையும் வைத்து, இலை போட்டுப் படைக்கிற வழக்கம் அவருக்கு இல்லை. படம் சம்பந்தப்பட்டத் தொழில் நுட்பக் கலைஞர்கள், நடிக நடிகையர்கள் அனைவரையும் அழைத்து, சம்பள அட்வான்ஸ் தருவது. எல்லோரும் திருப்தியாகச் சாப்பிடுவது, கலைந்து செல்வது என்பதே அவர் பூஜை.

பூஜைக்கு முதல் நாள் ரெட்டியும் மூர்த்தியும்தான் அமர்ந்து, சம்பள முன் பணத்தைக் கவரில் போட்டுக்கொண்டிருந்தார்கள்.

"ராஜனுக்கு எவ்வளவு போடலாம்?" என்றான் மூர்த்தி.

"ஹீரோ, அத்தோடு நல்ல பையன். நான் வளர்த்த பையன். ஒரு லட்சம் போடேன்."

"ஒரு லட்சமா? பெரிய தொகையா இருக்கே சார். இருக்கிற பத்து லட்சத்தில, அஞ்சுக்கு மேல அட்வான்சுக்குப் போயிடும் சார். அப்புறம் கையில், மீறது அஞ்சுதான். ஒருவேளை ஊரிலேர்ந்து பணம் கிடைக்க டிலே ஆச்சுன்னா, படம் ஷூட்டிங் நின்னுடுமே! அத்தோட, நிலம் வித்த பணம் சார். சொத்தை வித்துப் படம் எடுக்கிறப்போ, கொஞ்சம் நிதானமா இருக்கறது நல்லதுன்னு படுது. அப்புறம் உங்க இஷ்டம்."

ரெட்டி சிகரெட் புகையை வழிய விட்டுக்கொண்டு சிரித்தார். இருமல் வந்தது. இருமிக்கொண்டே சொன்னார்:

"அது வந்து மூர்த்தி, அந்தப் பையன், தியாகராய நகர்லே ஏதோ வீடு வாங்கியிருக்கானாம். பணத்துக்குச் சிரமப்படறதாக் கேள்விப்பட்டேன். இந்த நேரத்தில் அது உபயோகமா இருக்குமே. தவிரவும் எப்படியும் கொடுக்க வேண்டிய பணம்தானே. அதை எப்பக் கொடுத்தா என்ன?"

ரெட்டியின் வழக்கம் இது. அவர் படத்தில் வேலை செய்கிறவர்களுக்கு அட்வான்சாகப் பாதிச் சம்பளமும், படம் முடித்து ரிலீஸ் ஆவதற்குள் சம்பளத்துக்கு மேலே ஒரு தொகையும் கிடைத்திருக்கும் என்பது எல்லோரும் அறிந்த சங்கதிதான்.

பூஜைக்கு ராஜன் வந்திருந்தான். புதுசாய் வாங்கின காரை டைரக்டருக்குக் காட்டி அவர் வாழ்த்துக்களைப் பெற்றுக்கொண்டான். அப்போதுதான் இங்கிலாந்துக்குப் போய் ஆடை அலங்காரம் பற்றிப் பயிற்சி எடுத்துக்கொண்டு தாயகம் திரும்பியிருந்த மனைவி ரூபாவையும் ராஜன் அழைத்து வந்திருந்தான். ஒரு சினிமாவுக்கு, அதன் பாத்திரங்கள் பயன்படுத்தும் சரியான ஆடை அலங்காரங்கள், வகிக்கும் முக்கியத்துவம் பற்றி ரூபா எடுத்துச் சொன்னாள். ஒரு மேசையைச் சுற்றி இருந்த நான்கு நாற்காலியில், மூர்த்தி, டைரக்டர், ராஜன், ரூபா ஆகியோர் அமர்ந்து சாப்பிட்டுக்கொண்டிருந்தபோது, ரூபா இதைச் சொல்லிக்கொண்டிருந்தாள்.

"அதிலே என்ன சந்தேகம் ரூபா? ஒரு வரலாற்றுக் காலகட்டப் படத்தைப் பாத்திரங்களின் ஆடைகள்தானே தீர்மானிக்கிறது. அதோடு, பாத்திரத்தின் 'வர்க்கத்தை'யும் உடை சொல்லிவிடுமே. நம் தேசத்தில்தான், அடிமட்ட வர்க்கத்துப் பாத்திரம், நைட் சூட்டில் தூங்கி, தலை கலையாமல் எழுந்து வரும் அதிசயம் நடக்கும்" என்று டைரக்டர் சொன்னதற்கு, அனைவரும் சிரித்தார்கள்.

"மிஸஸ் ரூபா... இந்த என் படத்தில், நீங்கள் காஸ்டியூமராக எனக்கு அசிஸ்ட் பண்ணுங்களேன். எனக்கு நீங்கள் ரொம்பவும் உதவியாய் இருப்பீர்கள்" என்று ரெட்டி, ரூபாவைக் கேட்டுக்கொண்டார்.

"ஓ... ஷ்யூர், கசக்குமா எனக்கு? உங்களோடு வேலை செய்வது எனக்கு ஓர் அங்கீகாரம் அல்லவா?" என்று தன் மகிழ்ச்சியைப் பகிர்ந்துகொண்டாள் ரூபா.

சென்னை ஆந்திரா பாதையில், சினிமாக்காரர்களால் அதிகம் அசிங்கப்படாத கிராமமாக ஒன்றைத் தேர்ந்தெடுத்து ஷூட்டிங்கைத் தொடங்கினார் ரெட்டி. சென்னைக்கும் அக்கிராமத்துக்கும் இரண்டு மணியே பயண நேரமாக இருந்த படியாலும், அங்கு தங்குவதற்குப் பெரிய ஹோட்டல்கள் இல்லாதபடியாலும், முக்கிய கலைஞர்கள் தினம் சென்னையிலிருந்தே வந்து போவது என்று முடிவாயிற்று. கிராமத்தின் பெரிய தனக்காரராக இருந்த சேர்வைக்காரர், ரெட்டிக்கு உதவ முன் வந்தார். அவர் துணையுடன் ஆள் இல்லாத ஒரு வீட்டை வாடகைக்கு எடுத்துக்கொண்டு, ரெட்டியும், மூர்த்தியும் கிராமத்திலேயே தங்கினார்கள்.

எடுக்கப் போகும் 'சீன்களை' மனசுக்குள் உருவாக்கிக்கொண்டும், சர்ச்சை செய்துகொண்டும் சந்தோஷமாக இருந்தார் ரெட்டி. டென்ஷன், ஓடிச் சாடுதல், மூளையைக் கசக்கிக் கொள்ளுதல் எதுவும் இருக்கக்கூடாது, அவருக்கு. பென்சில் சீவுதல் போல், சினிமாவும் சந்தோஷமாகவும் லகுவாகவும் இருக்க வேண்டும்.

படப்பிடிப்பின் நான்காம் நாள் வெயிலுக்கு முன்னதாக ஷூட்டிங் ஆரம்பிப்பது என்று முடிவாயிற்று. ராஜன், காலை ஆறு மணிக்குள்ளாகவே வந்து சேர்ந்து விடுவதாக முந்தின தினம் மாலையே சொல்லிவிட்டுச் சென்றான். ஏழு மணியான பின்னும் ராஜன் வரவில்லை. படப்பிடிப்புக் குழுவினர், காத்திருந்தார்கள். ரெட்டி ஒன்றன் பின் ஒன்றாகச் சிகரெட்டைப் புகைத்துப் போட்டுக்கொண்டிருந்தார்.

"ராஜனுக்கு உடம்புக்கு ஏதாகிலும் வந்திருக்குமோ, அல்லாவிடில், இந்த மாதிரி லேட்டாக வருகிற பையன் அல்லவே அவன்!" என்றார் ரெட்டி. சுமார் ஏழரை மணிக்கு, சேர்வைக்காரர் வீட்டு வேலையாள் வந்து டைரக்டருக்குப் போன் வந்திருப்பதாகச் சொன்னான். நாலாம் வீட்டுக்கு ரெட்டியும், மூர்த்தியும் சென்றார்கள், அல்லது கிட்டத்தட்ட ஓடினார்கள். போனில் ராஜன் இருந்தான்.

"என்னப்பா ராஜன்? ஆர் யு வெல்?"

"அப்கோர்ஸ், சார். ஒரு சின்ன பிரச்சினை. குடும்பப் பிரச்சினைதான். இன்னும் இரண்டு மணி நேரத்தில் வந்து சேர்ந்திடறேன் சார்."

"ஓ. கே. செய்"

"ஓர் உதவி பண்ணணும்."

"சொல்லு"

"என்னை ஹீரோ ஆக்கினதும் நீங்கதான். என் ஒய்ஃப்பை காஸ்டியூமர் ஆக்கினதும் நீங்கதான். இதையெல்லாம் நான் மறக்கவே மாட்டேன்."

"நமக்குள்ளே இந்த பார்மாலிட்டி தேவைதானா?"

"தப்பா நினைச்சுக்கக்கூடாது. ரூபா, 'காக்கை சிறகு' படத்தோட ஸ்கிரிப்டைக் கேக்கிறா. ஸ்கிரிப்டைப் படிச்சான்னாத்தான், காஸ்டியூம் சரியாப் பண்ண முடியும்கிறாள். தயவுசெய்து ஸ்கிரிப்டை அனுப்பி வைங்களேன்."

"காஸ்டியூமருக்கு ஸ்கிரிப்ட் கொடுக்கிற வழக்கமில்லை. அது தேவையும் இல்லை. நானும் ரூபாவும் உட்கார்ந்து பேசிப் படத்தைப் புரிஞ்சுக்கலாமே. ரூபாவையும் அழைச்சுக்கிட்டு வாயேன்."

"அவள் ஸ்கிரிப்டைப் படிக்கணும்கிறாள்"

"தேவையில்லைன்னு சொல்றேனே. கதை யாரைப் பத்தினது, எந்தக் கிளாசைப் பத்தினது, அவர்களோட வருமானம், கல்ச்சுரல் ஸ்டேட்டஸ் இதுகள் போதுமே... அந்த அம்மாகிட்டே நான் பேசறேன். நீ முதல்லே புறப்பட்டு வா..."

"சரி சார்... வந்துடறேன்"

போனை வைத்த ரெட்டி, மூர்த்தியைப் பார்த்துச் சிரித்தார்.

"மிஸஸ் ரூபா திடீர்னு ஸ்கிரிப்டை கேக்கிறாங்க... வேறொன்றுமில்லை ராஜன் இன்னும் ரெண்டு மணியிலே வந்திடுவாராம்."

சுமார் பதினொரு மணி வரைக்கும் ராஜன் வந்து சேரவில்லை. போன் வந்தது. இந்த முறை ரூபா பேசினாள்.

"என்னங்க?" என்றார் ரெட்டி கவலையுடன்.

"ஸ்கிரிப்டை அனுப்பியாச்சா சார்?"

"அது தேவையில்லேன்னு ராஜன்ட்டே சொன்னேனே. நாம நேரில் அரை மணி பேசினா போதும்மா. இன்னும் கேட்டா, வேலை இல்லாத இளைஞனைப் பற்றின நம் படத்துக்கு என்ன விசேஷமான காஸ்டியூம் தேவைப்படும்? ரெண்டு சட்டை, ரெண்டு

பேன்ட், புடவை, ரவிக்கை இதுதானே. நேரில் பேசுவோமே. வாங்களேன்."

"இல்லே சார் எனக்கு அது தேவை. ஸ்கிரிப்ட் வந்தாத்தான் ராஜன் அங்க வருவார்"

போனை வைத்து விட்டாள் ரூபா.

ரெட்டி உடனடியாக ஒரு சிகரெட்டைப் பற்ற வைத்துக்கொண்டார்.

"என்ன சார்" என்றான் மூர்த்தி.

"ஸ்கிரிப்ட் வந்தாத்தான் ராஜன் வருவார்னு மிஸஸ் ரூபா சொல்றாங்க"

ரெட்டி, திரும்பி வந்து அவர் இருக்கையில் அமர்ந்து கொண்டார்.

கேமராமேன் வந்து ரெட்டியின் அருகில் அமர்ந்து "எனி பிராப்ளம்?" என்றார். ரெட்டி விஷயத்தை விளக்கினார்.

"இது அதிகப்படி சார். பொதுவாக அசிஸ்டென்ட் டைரக்டர்தான் காஸ்டியூமர் கிட்டே பேசி டிரஸ் முடிவு பண்ணுவாங்க. ஸ்கிரிப்ட் இல்லேன்னா ஷூட்டிங்க இல்லேங்கறா, ரொம்பத் திமிர். திஸ் ஷுட் நாட் பி என்கரேஜ்ட்"

சுமார் பன்னிரெண்டு மணிக்கு ராஜனிடம் இருந்து போன் வந்தது. ரெட்டி பேசினார்.

"எஸ் மிஸ்டர் ராஜன்."

"சார்! ரூபா, ஸ்கிரிப்ட் வந்தாத்தான் நான் ஷூட்டிங் போகலாம் என்கிறாள். நீங்களும் அனுப்பத் தயாராக இல்லை. இரண்டு பேருக்கும் நடுவிலே மாட்டிக்கிட்டு நான் நான் முழிக்கிறேன். நான் என்ன பண்ணட்டும்?"

"இதை நீதான் முடிவு செய்யணும். நான் ஸ்கிரிப்ட் அனுப்ப முடியாது."

ராஜன் தயங்குவது தெரிந்தது.

"சார்... காக்கைச் சிறகு என்னை இழந்துடுமோன்னு எனக்குப் பயம்மா இருக்கு."

"எனக்கு பயம் இல்லை."

"நீங்க முடிவுக்கு வந்துட்டீங்க... அதனால..."

"எனக்கு நிறைய நஷ்டம் ஏற்பட்டுடும், ராஜன்... அஞ்சு லட்சம் போகும். அதோட பீல்டுல தப்பான செய்தி பரவும். ரொம்ப நாள் கழிச்சுப் படம் பண்றேன். அதுக்கும் தடைன்னா, ரொம்பச் சிரமமாப் போகும். ஆனாலும் பரவாயில்லை. பிழைப்பு எப்படியும் நடக்கும். எதைக் கொடுத்து எதைப் பெறப் போகிறோம் என்கிற தெளிவு நமக்கு அவசியம். எதையும் கொடுக்காமல் எதையும் பெற முடியும். ஆனால், எந்த அளவுக்கு, எதை எதைக் கொடுக்கிறது? இதுதான் ராஜன் சிக்கல், ஆனா இது ஒரு சவால். வாழ்க்கை நமக்கு விடுகிற சவால். பார்ப்போம், பெஸ்ட் ஆஃப் லக்."

ரெட்டி, திரும்பி வந்து "பேக் அப்" சொன்னார்.

அன்று இரவு ரெட்டியும் மூர்த்தியும், ரெட்டி வீட்டு மொட்டை மாடியில் அமர்ந்துகொண்டு பேசிக்கொண்டிருந்தார்கள். மூர்த்தி சொன்னான்.

"சார், படத்தை நிறுத்தியது பத்தி மீண்டும் நீங்க யோசிக்கணும். ரொம்ப நஷ்டம், நீங்க சொன்னதுபோல..."

"இருக்கட்டும். அதனால என்ன? ரெட்டி இன்னும் நஷ்டப் படலையே. எனக்கு வருத்தமெல்லாம் இந்த ராஜன், இன்னும் பெரிசா வளர வேண்டிய பையன், இப்படி இருக்கானே என்கிறதுதான்."

ரெட்டி உள்ளே போய் ஒரு கவரோடு வந்தார்.

"இதுல கொஞ்சம் பணம் இருக்கு. செலவுக்கு வச்சுக்க. அடுத்தப் படம் பண்றப்போ, கட்டாயம் எனக்கு நீ வேணும்"

வேலையே செய்யாத, நின்று போன படத்துக்கு மூர்த்தி பதினைந்தாயிரம் சம்பளம் வாங்கினது அப்போதுதான்.

ரெட்டி சொன்னபடியே கூப்பிட்டு அனுப்பியிருந்தார். இடையில் மூர்த்தி, ரெட்டியைப் பற்றின செய்திகளைப் பத்திரிகையில் பார்த்தான். 'காக்கைச் சிறகு' படத்தில், நடிகையிடம் தகாத முறையில் ரெட்டி நடந்துகொண்டதால், படம் நின்றது, என்று ஒரு பத்திரிகை செய்து வெளியிட்டிருந்தது. ரூபா விஷயமாகப் புருஷன் ராஜனுக்கும் ரெட்டிக்கும் லடாய் என்றும் ஒரு பத்திரிகை சுவாரஸ்யப் படுத்தியிருந்தது.!

ரெட்டியின் வீடு, இரண்டாம் புளோரில் இருந்தது. முதல் புளோரில் ஒரு ஜோசியர் வசித்தார். சினிமா நடிகைகளின் திருமணத்துக்கும், ரத்துக்கும், அவரே நாள் நட்சத்திரம் பார்த்துச் சொல்லிக்கொண்டிருந்தார்.

மூர்த்தி முதல் மாடியைக் கடந்து, இரண்டாம் மாடிப் படியில் ஏறக் காலை வைத்தான். படியை ஒட்டி, ஜோசியரின் வரவேற்பு அறை. வசதியான நாற்காலிகள் போடப்பட்ட அந்த வரவேற்பு அறையில் தன்னந்தனியாக, அந்தக் காலை நேரத்தில் அமர்ந்திருந்தது, எங்கோ பார்த்த முகமாகவும், இருந்தது. எத்தனையோ வந்து போகிற நடிகையரில் அவளும் ஒருத்தியாய் இருப்பாளாக்கும் என்றபடி மூர்த்தி, ரெட்டியின் வீட்டுக்குள் நுழைந்தான். வழக்கமான வெள்ளை உடையோடு, டைனிங் டேபிளில் அமர்ந்திருந்தார். அவர். சமையல்காரர் பரிமாறிக்கொண்டிருந்தார்.

“சாப்பிடு” என்று உபசாரம் செய்தார் ரெட்டி.

“ஒரு பைனான்சியரைப் பார்க்கப் போறோம். கதை கேட்காத, நமக்குக் கதை சொல்லாத, என் மேல் மிகுந்த அபிமானம் உள்ள பைனான்சியர். ‘காக்கைச் சிறகு’ வரும். நாம் பண்றோம்” என்று சொன்னார் ரெட்டி.

இருவரும் படி இறங்கிக் கீழே வந்தார்கள். வரவேற்பறையில் அமர்ந்திருந்த அந்தப் பெண் எழுந்து “வணக்கம் சார்” என்றாள். ரெட்டியைப் பார்த்து கைகுவித்து. ரெட்டி”யாரு?” என்றார்.

“நான்தான் சார் ரூபா. ரூபா ராஜன்.”

“அட.... என்னம்மா, எங்க இப்படி?” என்றார் ரெட்டி.

அவள் தலைகுனிந்துகொண்டு அழுதாள். ரெட்டி பதைத்துப் போனார்.

“சரி வாங்க...” என்று ரூபாவை அழைத்துக்கொண்டு தம் வீடு வந்தார். டைனிங் டேபிளில் அமரச் சொல்லி, இட்லி பரிமாறச் சொன்னார்.

ராஜனுக்கும் அவளுக்கும் முறிவு ஏற்பட்டு விட்டதாம். ராஜன் வேறு ஒரு பெண்ணோடு வாழ்கிறானாம். மீண்டும் ராஜனோடு, தான் சேர்ந்து வாழ முடியுமா?” என்று ஜோசியரைக் கேட்க வந்திருந்தாளாம்.

"கவலைப்படாதீங்க. ராஜனோட நீங்க சேர்ந்து வாழ்வீங்க. நான் அவன் கிட்டே பேசறேன். இப்படித்தான் பயல்களுக்குப் புத்தி கெட்டுப் போய்விடுகிறது. நல்ல பையன். நல்ல கலைஞன், இப்படிப் பண்றானே"

சமையல்காரர், ஜோசியர் வந்து விட்டதை அறிவித்தார்.

"எனக்கு ஜோசியத்தில் நம்பிக்கை இல்லை. நீங்க ஜோசியரைப் பார்க்கிறதை நான் ஆட்சேபிக்கலை. போய்ப் பாருங்க..." என்று அனுப்பி வைத்தார் ரூபாவை. அவள் போகும்போது, ரெட்டி சொன்னார்.

"உங்களைத் திரும்பவும் ஒன்று சேர்க்க, நான் இருக்கேன் கவலைப்படாமல் போங்க"

காக்கைச் சிறகு மீண்டும் வளர்ந்தது. ராஜன், ரெட்டியைச் சந்திக்கவே மறுத்து விட்டான். அவன் இடத்தில் மனோகர் நடித்தான். ரூபாவையும் அவன் சேர்த்துக் கொள்ளவில்லை. காக்கைச் சிறகுக்குக் காஸ்டியூமராக ரூபா வேலை செய்தாள். ஸ்கிரிப்டை அவள் கேட்கவில்லை. ஆனால், ரெட்டி அவளுக்கு ஒரு பிரதி படிக்கக் கொடுத்தார்.

1990

காக்கைச் சிறகு 2

இந்தக் கோடை காலத்தில்தான் நான் ஜிமுதவாகனன் என்கிற காக்கையைச் சந்தித்து சினேகம் கொண்டேன். சரியாகச் சொல்லப் போனால் மார்ச் மாதம் ஆறாம் தேதி. அன்றுதானே திடுமெனக் கோடைமழை தொடங்கி, இடித்து, மின்னி வானம் களேபரப்பட்டதெல்லாம். அன்றுதான் ஜிமுதவாகனனை நான் முதல் முதலாகக் கண்டது.

அன்று வானம் இரண்டு முறை சட்டை மாற்றிக்கொண்டது. மதியம் சுமார் ஒரு மணி வரைக்கும் உஷ்ணம் வறுத்தெடுத்தது. என் படிப்பறையில் நான் அமர்ந்திருந்தேன். உடம்பில் வியர்வை ஊறி சிரமப்படுத்தியது. மேலே உள்ள தளத்தில் இருந்து, வெயில் கசிந்து என் தலையைச் சூடேற்றியது. படிக்கவோ, எழுதவோ அசக்தனானேன். ஜன்னல் வழி, யாரோ காற்றை அடுப்பில் வைத்து வறுத்து அனுப்பியது மாதிரி இருந்தது. சட்டென்று சீதோஷ்ண நிலை மாறிற்று. காற்று சுருண்டு அடித்துப் புழுதி கிளம்ப, காற்றில் ஈரம் ஏறினாற்போலக் குளிர்ந்தது. மரம் முறிந்து விழுவதுபோல சடசடவென்று மழைத் துளிகள் விழுந்தன. ஜன்னல் வழியே வந்த சாரல் அன்றைய பொழுதின் முகத்தையே மாற்றியமைத்தது.

ஜன்னலை மூடுவதில்லை நான். ஜன்னல் ஓரம் இருந்த படுக்கையும், அதன் மேல் விரித்தபடி கிடந்த புத்தகங்களும் சற்றே நனைந்தன. அதனால் என்ன? காலம் முழுக்க வெயிலில் காய்கிறோம். கொஞ்சம் மழையில் நனைந்தால் என்ன முழுகியா போய்விடும்?

மேசைக்கு அருகில் இருந்த நாற்காலியில் அமர்ந்தபடி, ஜன்னல் வழியாக உலகைப் பார்த்துக்கொண்டிருந்தேன் நான். சதுரமான வெளி ஆகாயம், மழையில் மறைந்து கிடந்தது. ஜன்னலின் விட்டத்தில் இருந்து ஒழுக விட்டாற் போன்று சீராக ஒழுகிக்கொண்டிருந்தது. அப்போதுதான் ஜிமுதவாகனன், மழைக்கு அடைக்கலம் தேடி ஜன்னல் கட்டையில் வந்து அமர்ந்தது. ஜன்னல் வழியாக என்னைப் பார்த்தது. சற்றுப் பயம் கலந்த பார்வை. என் முகத்தில், அதுக்கு நம்பிக்கை ஏற்பட்டிருக்க வேண்டும். சற்றே கழுத்தை ஒயிலாகத் திருப்பி, அலகை லேசாகத் திறந்து புன்னகைத்தது. அதன் பிறகு 'கர்' என்றது. உடம்பைச் சிலிர்த்துக்கொண்டு நீரை வெளியேற்றியது. அது சிலிர்க்கையில் நீர் அடுப்புச் சாம்பல் காற்றில் பறப்பதைப் போலிருந்தது. அலகால் தன் மார்பை, இறக்கையை நீவிவிட்டுக்கொண்டது. தண்ணீர்ப் பானை, பொத்துக்கொண்டு ஒழுகுவதுபோல மழை இடையறாது பெய்துகொண்டிருந்தது.

"மழையில் அதிகமாக நனைந்து விட்டாற்போல் இருக்கிறதே" என்றேன்.

"ம், வானவாசிகளான நாங்கள் மழையென்றும், வெயிலென்றும் பார்க்க முடியுமா? இரண்டும் எங்களுக்கு ஒன்றுதான். அது எங்கள் வரம்."

"அல்லது சாபம்."

அது சற்று யோசனை செய்து விட்டு, "இருக்கலாம், எந்தக் கருத்துக்கும் இரண்டாவது பக்கம் ஒன்று இருக்கவே செய்கிறது" என்றது. ரொம்ப யோசனைக்காரக் காக்கை போலும் என்று நினைத்துக்கொண்டேன்.

"எங்கே வாசம் செய்கிறது?" என்று நான் கேட்டேன்.

"இப்போது அண்ணா நகர் என்று சொல்கிறார்களே அந்தப் பகுதியில்தான். ரொம்ப நாள் வாசம். முன்னால் எல்லாம் அந்த இடம் தோப்பும் துரவுமாக இருந்தது. ரொம்ப சௌகர்யமாக இருந்தது. இப்போது, அண்ணா நகர் என்று ஆகி, கட்டடங்கள் வந்தாச்சுதே. ஆகவே நாங்கள் அண்ணா நகரை விட்டு மேற்கில் ஒதுங்கிக்கொண்டோம்."

"அண்ணா நகர் மேற்கால் காய்ந்த ஏரி ஒன்று உள்ளதே."

"ரொம்ப சரி, அந்த ஏரியைக்கூட பிளாட் போட்டு கல் நட்டாச்சுது. கூடு மாற்றும் யோசனையில் இருக்கிறோம். மனிதர்கள் மண்ணை வசப்படுத்த முனையும்போதெல்லாம்,

74 | அவனும் அவளும்

எங்களைப் போன்ற ஜீவராசிகளுக்குச் சிரமம் வரத்தான் செய்கிறது. ஆனாலும் பூமி இன்னும் நிறைய மிச்சம் இருக்கத்தானே செய்கிறது.”

“நிரந்தரமாக ஓரிடத்தில் வாசம் செய்ய முடியாமல் போய் விடுகிறதே...”

ஜிமூதவாகனன் என்னைப் பார்த்து சிரித்தது. அது சிரிக்கும்போதெல்லாம் ‘கர்... கர்...’ என்ற ஓசை வந்து கொண்டிருந்தது. சாம்பல் நிறக் கழுத்தும், காலணிக் கடையில் இருக்கும் பளபளத்த ஷூ மாதிரி கன்னங்கரிய அழகிய மேனியும், என்னைக் கவர்ந்தன. அது சொல்லியது.

“என்னது நிரந்தரமா? எது நிரந்தரம்? நீங்கள் நிரந்தரமா?”

மழை விட்டதும் ஜிமூதவாகனன் நன்றி கூறிவிட்டுப் பறந்து சென்றது.

அடுத்த நாளே ஜிமூதவாகனன் மீண்டும் வந்தது. “சௌக்யமா” என்று கேட்டதுக்கப்பறம் “சௌக்யம்” என்றது. மாலைக் காலத்தில் டி. வி. ஆண்டெனாவில் அமர்ந்து பொழுது போக்கியதாகவும், ஒரு மாறுதலுக்காக இந்தப் பக்கம் வந்ததாகவும் அது சொல்லியது. ஜிமூதகவானனுக்குத் திரிபுராந்தகி என்கிற மனைவி உண்டாம். இருவருக்கும் சூரியரச்மி என்கிற பிள்ளையும், சூரியமோகி என்கிற பெண்ணும் இருக்கிறார்களாம்.

இப்படித்தான் ஒரு மழைக்காலத்தில் ஜிமூதன் திரிபுராந்த கியைச் சந்தித்ததாம். அடர்ந்து செழித்த ஒரு மாமரத்தில் மழைக்காக ஒதுங்கியதாம் ஜிமூதன். மழை நீர் இலை வழியாக அதன்மீது கொட்டியது. நீரை உதறவி விட்டுக்கொண்டு அது இருக்கையில், பக்கத்துக் கிளையில் இருந்த திரிபுரா, “அங்கே நனைந்துகொண்டு எதற்குச் சிரமப்படுகிறாய்? இந்தக் கிளைக்குப் பாதுகாப்பாய் வரலாமே” என்று அழைத்தது. ஜிமூதன் தத்திப் போய் அந்தக் கிளையில் அமர்ந்தது. மழைநீர் வராத அவ்விடம் மிகச் சௌகர்யமாக இருந்தது. வலிய கிளைகளாலும், அடர்ந்த இலைகளாலும் மறைக்கப்பட்ட அவ்விடம் கதகதப்பாகவும்கூட விளங்கிற்று. உடம்பின் ஈரம் கவர்ந்து, ஜிமூதன் உஷ்ணம்கூட அடைந்தது.

“உன் பெயரை நான் தெரிந்து கொள்ளலாமா?”

“என்னத்துக்கு?”

திரிபுரா என்னத்துக்கு என்று கேட்டாலும், அது தன் கண்களைச் சுழற்றின விதமும், கழுத்தை மிக ஒயிலாகச் சாய்த்துச் சொன்ன விதமும், அதுக்கு தன் மேல் ஈடுபாடு ஏற்பட்டிருக்கிறது என்பதைப் புரிந்துக்கொண்டது ஜிமுதன்.

“சும்மாத்தான் ஒருத்தரோடு ஒருத்தர் சினேகம் செய்துகொள்ள, பேரைத் தெரிந்து கொள்ள வேணாமா?”

“அப்போ சரி, என்னோட முழுப் பெயர் திரிபுர சுந்தரி. அம்மாவும், சினேகிதர்களும் திரிபுரா என்பார்கள். நான் பிறந்தது எர்ணாகுளம் பக்கம். உனக்குத் தெரியுமா? வடக்கே பாட்டு பார்வதி அம்மேன்னு ஒரு மனுஷி. மகராசி அவள் வீட்டுத் தோட்டத்தில்தான் வாசம். அவள் புருஷர் புத்தன் புறைக்கல் பப்பு. பார்வதி அம்மாவுக்கு அம்மணி என்கிற மகளும், தங்கம் என்கிற மகனும் உண்டு. என்ன சந்தோஷமான குடும்பம் அது! பார்வதி அம்மா சமைக்க சாப்பிட வேண்டும் அந்த அம்மா ஓலன் செய்து சாப்பிட வேணும். எரிசேரியாகட்டும், புளிசேரியாகட்டும், பச்சடி, கிச்சடி, அவியல் எதுவானாலும் அமிர்தமாய் இருக்கும் போ. எது செய்தாலும் என்னைக் கூப்பிட்டுத் தராமல் அந்த அம்மாவுக்குத் தொண்டையில் சாதம் இறங்காது. அச்சனுக்கும் அப்படித்தான். சந்தோஷமாகத்தான் பொழுது கழிந்தது என் துரதிருஷ்டம்.

அந்தச் சமயத்தில்தான் விநோதன் என்பவனைச் சந்தித்தது. பயல் ஒருவகைப்பட்ட ஷோக்குப் பேர்வழி. என்னென்ன தமாஷ் எல்லாம் செய்வான் என்கிறாய். பெரிய பெரிய வித்துவான் மாதிரியெல்லாம் பாடிக் காட்டுவான். அவன்தான் எனக்கு வைக்கம் முகமது பஷீரைக்கூட தூரத்திலிருந்து காட்டிக் கொடுத்தான். எனக்கு எழுத்து நல்லா வரும் தெரியுமோ, ஓடக் குழலில் நிறைய பாட்டு எனக்கு மனப்பாடம். அந்த விநோதனாகிய பாவியிடம் மனசைப் பறிகொடுத்துத்தான் இங்கு வந்தது. ஆரம்பத்தில் எல்லாம் ஒழுங்காகத்தான் போய்க்கொண்டிருந்தது. எனக்கும் ரெண்டு குஞ்சுகள் பிறந்தன. என்ன அழகான குழந்தைகள்! கண்ணைப் பறிக்கிற கறுப்பு. இருட்டைப் பிட்டு வைத்தாற்போல தகதகவென்று இருக்கும். பகவான் புண்ணியத்தில் எல்லாம் சௌகர்யமாய் குஞ்சும் குளுவானுமாய் இருக்கின்றன. போகட்டும். அதன் பிறகு அவனிடத்தில் அதான் அந்த விநோதனிடத்தில் ஒரு மாற்றம் ஏற்பட்டது தெரிந்தது. சரி, விலகிக்கொள்ளலாமா என்று கேட்டேன். ஒப்புக்கொண்டான்.”

கதையை இந்த இடத்தில் நிறுத்தின ஜிமுதன், "தொண்டை காய்ந்து விட்டது. கொஞ்சம் தண்ணீர் வேண்டுமே" என்றது.

"காபி சாப்பிடலாமா?" என்றேன். "தண்ணீர் போதும்," என்றது ஜிமுதன். நான் டம்ளரை நிறைத்து, அதன் முன் வைத்தேன். மூக்கை நுழைத்துப் பிறகு அன்னாந்து வானத்தைப் பார்த்துத் தண்ணீர் அருந்திற்று ஜிமுதன். "ரொம்ப நன்றி" என்றது.

"அதன் பிறகு என்ன? ரொம்பப் படித்தவள். உலக விவகாரங்கள் புரிந்தவளாகவும் இருந்தாள். பேச்சில் நிற்கிற, அமர்கிற பாங்கில் ஒரு பெருமிதம் தெரிந்தது. கண்ணில் நல்ல குணம் எனக்கு அவள் மேல் மோகம் ஊறியது என் மூக்கை அவள் மூக்குடன் உரசினேன்."

"சீ, இந்த ஆம்பிளைக்கு லஜ்ஜையே இல்லை. எதிலும் அவசரம்தான்." என்றாள் திரிபுரா. அவள் குரலில் அழைப்பு தென்பட்டது.

"உன் குழந்தைகளைச் சொல்கிறாயே, நீகூட ரொம்ப இனிமையாகத்தான் இருக்கிறாய். எண்ணெய் ஸ்நானம் செய்தாயா என்ன, உன் மேனிக்கு இவ்வளவு அழகிய கருமை எப்படி வாய்த்தது? கத்தியின் கூர்மை மாதிரி உன் மேன்மையான மூக்கும், நனைந்த கொள் மாதிரி உன் கண்களும், உன் கம்பீர்யமும், நான் அறிந்த எந்தப் பெண்ணுக்கும் இல்லை."

"உனக்கு மோகம் தலைக்கேறி விட்டது. உள்ளே வா. நிறைய வேப்பம்பழம் வைத்திருக்கிறேன். கோழி இறைச்சிக்கூட உண்டு. எதை விரும்பினாலும் தின்னு. அதன் பிறகு சந்தோஷமாக இருக்கலாம், வா" என்றாள் திரிபுரா. ஜிமுதனுக்கு இப்படித்தான் திரிபுரா வந்து சேர்ந்தாள்.

கடல் கத்திக்கொண்டிருந்தது.

சந்தம் பாட்டு, இரைச்சலுடன் என்னவோ சொல்லிக் கொண்டிருந்தது. என்ன என்றுதான் விளங்கவில்லை. எதுதான் பேசுவதில்லை, காற்று, மழை மின்னல், சாமத்தில் கத்தும் நாய், நள்ளிரவில் அலறும் ஆந்தை, அரவமற்ற போதுகளில் குறுக்காக ஓடும் பெருச்சாளிகள் எல்லாம் எதையோ இடையறாது சொல்லிக்கொண்டிருந்ததாகத் தோன்றுகிறது.

கடலைப் பார்த்துக்கொண்டு ஊருக்கு ஒதுக்குப் புறமாக அமர்ந்திருந்தேன். ஏதோ நினைவாகத் திரும்பினேன். ஜிமுதன்

அமர்ந்து ஓரக்கண்ணால் என்னைப் பார்த்துக்கொண்டு நமட்டுச் சிரிப்பு சிரித்துக்கொண்டிருந்தது.

"அடடே... நீ வந்ததை நான் கவனிக்கவே இல்லையே..."

"நான் உங்களைக் கவனித்தேனே. உங்களை மறந்து அமர்ந்திருந்தீர்கள். தன்னை மறந்து தருக்கற்று செத்துப் பிழைக்க தருணமிது பராபரமேன்னு சொன்ன மாதிரி உங்களையே அழிச்சிக்கிட்டு இருந்தீர்கள். எதற்குக் கலைக்க வேணுமென்று இருந்தேன்"

"அது சரி, மனிதர்களால் சாக முடியுமா? அதன் பிறகு பிழைக்க முடியுமா.?"

"பிழைக்க முடிந்தவர்கள் சாக முடியும்"

நான் மிகவும் சிந்திக்க வேண்டியிருந்தது. அதற்கு அவகாசம் தேவைப்பட்டது. ஆகவே, நான் பேச்சை மாற்ற வேண்டியிருந்தது.

"ஆமாம் ஜிமுதன்...! வாழ்க்கை எப்படிப் போகிறது?"

"அதுவாக எப்படிப் போகும்? அதுக்கு அர்த்தம்தான் ஏது? நாம்தான் அதுக்கு அர்த்தம் தந்து நடத்திக்கொள்ள வேணும்."

"உன்னுடன் நடந்து வருதல் ரொம்பக் கஷ்டம். காற்று மாதிரி இப்படிப் பறந்தால், நடக்கிறவன் நான் என்ன செய்ய? திடும் திடும் என்று இப்படித் தத்துவப் பிரவேசம் செய்தால் எப்படி? கொஞ்சம் பூமிக்கு வந்து வாழ்க்கையின் கஷ்ட நஷ்டங்களைச் சொல்லப் படாதா?"

"ஓ... அதைக் கேட்கிறீராக்கும். வாழ்க்கைத்தானே பிரச்சினை. நான் குந்தக் கிளை கிடைக்கவில்லையே... இருக்கிற மரம் மட்டைகளையெல்லாம் வெட்டி வீடு கட்டிக் கொள்கிறீர்கள். நாங்கள் எங்கே கூடு கட்டிக் குடும்பம் நடத்துறது? ஆன்டெனாவின் வழுவழு கம்பியில் அமர்ந்து கால் வழுக்குகிறது. வீட்டுக் கூரையில் அமர்ந்தால் விரட்டுகிறீர்கள். போதும் போதாதற்கு இந்தப் பருந்துகள் வேறு! என் குஞ்சுகள் இரண்டை இதுவரை அடித்துப் போயிருக்கிறதே, இந்தப் பருந்துகள். மழை இல்லை, குளம் குட்டைகளில் நீர் இல்லை. தாகத்துக்கு என்ன செய்ய? கிணற்றங்கரையில் சிந்திக் கிடக்கும் தண்ணீரைக் குடிக்கிறோம். இப்போதெல்லாம் எங்கே கிணறு வெட்டுகிறார்கள்? இருந்தாலும் வாயை மூடி பம்ப் வைத்து உறிஞ்சி விடுகிறார்கள். சாக்கடைத்

தண்ணீரைக் குடிக்க வேண்டியிருக்கிறது. இல்லையென்றால் மைல் கணக்கில் பறந்து போய் தண்ணீருக்கு அலைய வேண்டியிருக்கிறது."

"இருந்தாலும் ஒற்றுமைக்கு உங்கள் இனம் உதாரணமானது அல்லவா?"

"எந்த மடையன் சொன்னான்? நாங்கள் போட்டுக் கொள்கிற சண்டையை நீங்கள் பார்த்ததில்லையே. ஒரு துண்டு இறைச்சியை எங்களைக் கூப்பிட்டுப் போட்டுப் பாருங்கள். அப்போ தெரியும், ஒற்றுமையும் மண்ணாங்கட்டியும். என் தலையைப் பாருங்கள், எத்தனை காயம். எண்ண முடியாது. எல்லாம் என்னுடைய சகோதரக் காக்கைகள் ஏற்படுத்தியவைதான். பசி என்று வந்த பின் காக்கை, நாய், மனுஷன், நரி எல்லாரும் ஒன்றுதான். எங்களில் ஒரு காக்கை, சோற்றைப் பார்த்ததும் மற்ற காக்கைகளை ஏன் கூப்பிடுகிறது தெரியுமா? பயம்தான். வலை விரிச்சு இருக்கிறார்களோ என்கிற பயம்தான். தனக்காகத்தான் அது மத்த காக்கைகளைக் கூப்பிடுகிறது. மனிதர்களாகிய நீங்கள் என்னத்துக்கு சேர்ந்து மந்தையாக வாழ்கிறீர்களாம்? பயம் அல்லாமல் வேறென்ன? இடி, மின்னல், நெருப்பு, மிருக பயம்தானே காரணம்."

"ஆமாம். முன்பெல்லாம் சாயங்காலங்களில் பள்ளிக்கூடம் நடத்துவீர்களே. இப்போதெல்லாம் ஏன் அதைக் காணோம்?"

"நீங்கள் பாட்டு, டான்ஸ், கச்சேரி நடத்துகிறதில்லையா, இது மாதிரித்தான் இது. எங்கே உயிர் பிழைப்பே கஷ்டத்தில் இருக்கிறது. இந்த அவலத்தில் பள்ளிக்கூடம் எங்கே நடத்த? பிராணிகள் வயிற்றுச் சோற்றுக்கும், கூட்டுக்கும் அலைகிறபோது ஓய்வு ஏது? ஓய்வு கிடைத்தால் அல்லவோ கலையும் கல்வியும்!"

சில நாழிகை நேரம் சுத்தி கடற்காற்றைச் சுவாசித்துவிட்டு நாங்கள் அவரவர் வீடு திரும்பினோம்.

அடுத்த நாள் கிருத்திகையாய் இருந்தது. மதியச் சமையலை சுவாமிக்குப் படைத்துக் காக்கைக்குச் சோறு வைக்கும் பழக்கம் எங்கள் வீட்டில் இருந்தது. அதன் படி படைத்து, ஒரு சின்ன வாழையிலையில் கொஞ்சம் சோறு, கூட்டு கறி வைத்து அதை மெத்தைக் கைப்பிடிச் சுவரில் வைத்து 'கா... கா' என்று கூவிக் காக்கையை அழைத்தாள் சுமதி. காக்கை உண்ணாமல், நாங்கள் உண்ணக்கூடாது. காக்கை உருவில் செத்துப் போன எங்கள்

மூதாதைகள் அன்றோ வருகிறார்கள்! அவர்கள் பசித்திருக்க, நாங்கள் உண்ணலாமோ? அப்போது ஒரு காக்கை என் முன் வந்தது.

"என் பெயர் காகமாறன். ஜிமுதன் என் சினேகிதன்தான். இன்னிக்குக் காணவில்லை. மத்தியானமாக ராவுத்தர் கடைப்பக்கம் வருவான், பார்த்தால் சொல்கிறேன். என்ன விஷயம்?"

"ஒண்ணுமில்லே சும்மாத்தான். கிருத்திகைத் தனி சாப்பிட்டானானால் சந்தோஷப்படுவேன்."

"என்னை ஜிமுதனாக நினைத்துக் கொள்ளுங்களேன். நான் வேறு, அவன் வேறா?"

"உண்மைதான்" என்று ஒப்புக்கொண்டேன் நான்.

உறவினர் வீட்டுத் திருமணத்திற்கு நான் சென்றிருந்தபோது ஜிமுதனை நான் சந்திக்க நேர்ந்தது. பணக்கார வீட்டுத் திருமணம். ஆகவே குப்பைத் தொட்டியில் நிறைய இலைகள் மிஞ்சிப் போன பதார்த்தங்களுடன் சேர்ந்தன. என்னைப் போன்ற மனிதர்களும் இரண்டு சொறி நாய்களும் சில காக்கைகளும் எச்சில் இலைகள் நிறைந்த குப்பைத் தொட்டியை மொய்த்துக் கிடந்தன. அந்தக் கூட்டத்திற்குள் என் கண்கள் ஜிமுதனைக் கண்டுகொண்டன. அதுவும் என்னைக் கண்டு விட்டது போலும். என் அருகில் நிறுத்தி வைக்கப்பட்டிருந்த ரிக்ஷாவின் கூரையில் வந்து அமர்ந்த ஜிமுதன் எனக்கு மட்டும் கேட்கும் குரலில் "சாயங்காலமா வீட்டுப் பக்கம் வர்றேன்" என்றது.

சொன்னபடியே மாலை ஜிமுதன் வீட்டுப் பக்கம் வந்தது. அப்போது என் டேப்ரிக்கார்டரில் எல். சுப்பிரமணியத்தின் வயலின் கேட்டுக்கொண்டிருந்தேன். ஜிமுதனைக் கண்டதும் நான் டேப்பை நிறுத்தப் போனேன்.

"நிறுத்த வேண்டாம். எனக்கு சங்கீதம் பிடிக்கும். கொஞ்சம் வயலின் கேட்கலாம்"

கேட்டோம்.

அதன் பிறகு, "என்ன, ஆளையே பார்க்க முடிகிறதில்லையே?" என்றேன்.

"என் சின்னஞ்சிறு பிரச்சினைகளைத் தீர்க்க வேண்டியிருந்தது."

"என்ன பிரச்சினை? சொல்லலாம் என்றால் சொல்லலாம்"

“நமக்கு ரகசியம் ஏது? நாங்கள் வான சஞ்சாரிகள். எங்களுக்கு என்ன ரகசியம்? திரிபுரா இப்போ என்னுடன் இல்லை.”

“வெளியூர் போயிருக்கிறாளாக்கும்.”

“இல்லை. வேறு ஒரு சினேகிதரோடு அவள் போய் விட்டாள்”

“அடடா உங்கள் ஜாதியிலும் இப்படிப்பட்ட துரோகம் இருக்கிறதா என்ன?”

“என்ன சொன்னீர்! துரோகம்? என்ன தப்பான வார்த்தைகளையெல்லாம் பிரயோகிக்கிறீர்கள்?”

“பின் என்ன? உம்மை விட்டு ஓடினது அழகான காரியமாக்கும்?”

“ஏன், போனால் என்ன? அவனை அவளுக்குப் பிடித்திருக்கிறது, போனாள். இதில் என்ன தப்பு.?”

“உண்மையாகத்தான் சொல்கிறாயா?”

“நான் பொய் பேசுவதே இல்லை. உங்கள் கட்டுப்பெட்டி வாழ்க்கையைக் கொண்டு என்னை அளக்க வேண்டாம். திரிபுராவுக்கு என்னைப் பிடித்தது. என்னுடன் இருந்தாள். இப்போது அவனைப் பிடித்திருக்கிறது. அவனுடன் போயிருக்கிறாள்.”

“தூ”

“அப்படியெல்லாம் இந்த விஷயத்தைப் பார்க்கக்கூடாது சார். வாழ்க்கை ஒருமுறைதானே வாழக் கிடைக்கிறது. அதுவும் சில வருஷங்கள். எது மனசுக்கு சந்தோஷம் தருகிறதோ அதை செய்து கொள்கிறதுதான் நிஜமான வாழ்க்கை.

“சரி தப்பு, ஒழுக்கம் எல்லாம் ஓர் இழவும் இல்லையா?”

“யோசித்துப் பார்த்தால் இல்லை, இதெல்லாம் நாமாக நமக்குச் செய்துக்கொண்ட விதிகள்தாமே.”

“நீ செய்த தியாகம்...”

“மன்னிக்கணும். துரோகம் எப்படி தப்பான வார்த்தையோ, அது மாதிரிதான் தியாகம் என்கிற வார்த்தையும். மனிதர்களுக்கு வார்த்தையோட, சக்தியும், அர்த்தமும் இன்னும் பிடிபடலை. குழந்தைகள் பணத்தை இறைத்து விளையாடுவதுபோல பெரியவர்கள் வார்த்தை விளையாட்டு விளையாடுகிறார்கள்.

நான் என்ன இழந்தேன்? திரிபுரா போனால் என்ன? உடம்புக்கு இன்னுமொரு துணை நிச்சயம் வேணும்தான். அது நாளையோ நாளை மறுநாளோ, மறுநாளோ அமையும். யாரும் எதையும் இழக்கலை, இழக்கவும் மாட்டோம்."

"சண்டை கிண்டை போட்டுக்கொண்டீர்களோ, பிரிகிறபோது?"

"சே, முட்டாள்களும் மூர்க்கர்களும்தான் சண்டை போடுவார்கள். திரிபுராவுக்கும் அவனுக்கும் சிநேகம் தொடங்கியளவில் நடந்து வருவதை நான் அறிவேனே. நானே விஷயத்தைத் தொடங்கி சந்தோஷமாகத் திரிபுராவை அனுப்பி வைத்தேன். பாவம் என்னிடம் எப்படிச் சொல்வது என்று ரொம்பவும் விசனப்பட்டாள்."

"இப்படியெல்லாம் பேச சிந்திக்க எங்கே கற்றுக்கொண்டாய்?"

"நல்ல விஷயங்களை யார் கற்றுக் கொடுத்துவிட முடியும்? அது நமக்குள்ளேயே இருக்கிறது. தானே கண்டுபிடிக்க வேணும். உங்கள் சிநேகத்தை என்னால் மறக்க முடியாது. மீண்டும் சந்திப்போம்."

"எங்கே போகிறாய்?"

"வானம் விரிந்துக் கிடக்கிறதே. புது இடம், புது மனிதர்கள், புது காகங்கள், புது மிருகங்கள், புது தாவரங்கள், எத்தனை எத்தனையிருக்கு? அவற்றையெல்லாம் தரிசிக்காமல், இறக்கை எதற்கு? வரட்டுமா, நமஸ்காரம்"

ஒற்றைக் காலைத் தூக்கி வணங்கிவிட்டுப் பறந்தது ஜிமுதன். இறக்கையில் இருந்து எழுந்த காற்று என் முகத்தில் படிந்தது. அது இருந்த இடத்தில் ஒற்றைச் சிறகு விழுந்து கிடந்தது. கன்னங்கரேலென்று எண்ணெய் பூசின மினுமினுப்போடு, அந்தத்தின் விளங்காப் புதிரோடு, கர்பப்பையின் அமானுஷ்யச் சங்கேதத்தோடு கிடந்தது அந்தக் காக்கைச் சிறகு.

1992

சிக்கி

மூர்த்தி அப்போது செல்வ நகர் கோயில் தெருவில், மாடி வீட்டில் குடியிருந்தான். வசதியான வீடுதான் அது. நிறைய ஜன்னல்கள். நாலா பக்கம் இருந்தும் சுகமான காற்றும், வெள்ளையாக வெளிச்சமும் வந்துகொண்டிருந்தன.

மூர்த்தியின் நண்பர் ஒருவர், ஒருநாள் நாய்க்குட்டி ஒன்றைக் கொண்டு வந்து அன்பளிப்பாகக் கொடுத்தார். தொட்டி ஆலமரத்தின் விழுதுகள் மாதிரி புசுபுசுவென்று மயிர் அடர்ந்த நாய்க்குட்டி அது. தொங்கிய காது காபி நிறத்து நாய்க்குட்டி. நகம் மாதிரி சின்ன நாக்கைத் தொங்க விட்டுக்கொண்டு சின்னதாகக் குரைத்தது. கறுப்புக் கோலிக் குண்டுகள் மாதிரியான கண்கள். மூர்த்தியின் குழந்தை "ஹை" என்று குதித்துக்கொண்டு அந்த நாயை அணைத்துக்கொண்டது. "அப்பா... எனக்கு இந்த நாய் ரொம்பப் பிடிச்சிருக்கு" என்று நாயை அணைத்துக்கொண்டாள் குழந்தை மீனா.

மூர்த்திக்கு மிருக வளர்ப்பில் ஈடுபாடு இல்லை. மிருகங்களை அவன் நேசிப்பவன்தான். எனினும், மிருகங்களை அருகில் உடம்போடும் சேர்த்து அணைத்துக்கொண்டு, கொஞ்சிக்கொண்டு இருக்கிற சுபாவம் அவனுக்கு இல்லை. அது அவனுக்கு அருவருப்பான சமாசாரமும்கூட என்றாலும், குழந்தை விரும்புகிறாளே என்று அந்த நாயை வளர்க்க ஏற்றுக்கொண்டான் அவன்.

"இது ரொம்ப உசந்த சாதி?" என்றான் மூர்த்தி.

நண்பர் ரொம்ப யோசனையில் இருந்து விட்டு, "மனுஷர்கள் ஏற்படுத்திக்கொண்டது நாம் எல்லாவற்றிலும் நம்மைத்தானே காண்கிறோம்" என்றார்.

ஆக, மூர்த்தியின் வாழ்க்கையில் ஒரு நாய் வந்து சேர்ந்து விட்டது. மாடியில், கூரை நிழலில் அதற்கான இடம் ஒன்றை ஏற்பாடு செய்தான். வெயில், மழை தொடாத இடம். கீழே பழஞ்சாக்கு விரித்து, மெத்தென்று நாயைப் படுக்க வைத்தான். நாய்க்கு என்று தனியாகப் பால் கிண்ணம், சாப்பாட்டுக்கு எவர் சில்வர் தட்டு, அதுக்குச் சமைக்க என்று தனி பாத்திரம் எல்லாம் தயாராயிற்று. மூர்த்தியின் மனைவி பழந்துணிகளை எடுத்து, நாய் குளித்தால் துடைத்துக் கொள்ளவென்று சித்தம் பண்ணினாள்.

"அப்பா, நாய்க்கு என்ன பேர் வைக்க?" என்றாள் மீனா.

அது ஒரு பெண். ஆகவே பெண் பெயர் வைப்பது அவசியம்.

பல பெயர்கள் பேசப்பட்டன. கிறிஸ்டி, லட்சுமி, ப்ரியா, எலிசபெத் செண்பகா எத்தனைப் பெயர்கள். மூர்த்தியின் மனைவி, லட்சுமி நல்ல பெயர் என்றும் சொன்னாள். மனைவியின் ஊரிலிருந்து வந்திருக்கிற படித்த சகோதரி, "நாய் ரூபத்தில்தான் லட்சுமி நம் வீட்டுக்கு வர வேண்டுமா?" என்று கேட்டாள். சுமார் ஐம்பது பெயர்களுக்கு மேல் அலசப்பட்டன. எதுவும், நாய்க்குரிய பெயராகப் படவில்லை. எல்லாம் மனுஷப் பெயர்கள்!

சொன்னால், அது நாயின் பெயர்தான் என்று புரிந்து கொள்வது மாதிரி இருக்க வேண்டும். பெண் சாமிப் பெயர்களை நாய்க்கு வைத்து அழைப்பது சாமிகளைச் சீண்டுவதாய் இருந்தால் என்ன செய்வது? (உதாரணத்துக்கு பார்வதி, உமா, லட்சுமி, சரசுவதி) மனிதக் குற்றங்கள் வரலாம். தெய்வக் குற்றங்கள் வரலாமோ?

கடைசியில் 'சிக்கி' என்று பெயர் வைப்பது என்று முடிவாயிற்று. சிக்கி என்று எந்த சாமியும், சொந்தத்தில் பந்தத்தில் யாரும் பெயர் வைத்துக் கொள்ளவில்லை. 'சிக்கி' என்று, மீனா அந்த நாயை அழைத்தாள். அது, யாரையோ அழைக்கிறார்கள் என்று இருந்தது. மூர்த்தியும் அவன் மனைவியும், பலமாகக் கூப்பிட அதிர்ச்சியடைந்த சிக்கி திரும்பிப் பார்த்தது.

"பரவாயில்லையே... நாய், நம் பாஷையைப் புரிந்து கொள்கிறதே" என்றார். நாயைக் கொண்டு வந்த நண்பர்!

சிக்கி, முனகிக்கொண்டது. அதுக்குத் தூக்கம் பிடிக்கவில்லை. அம்மாவை விட்டுப் பிரிந்த முதல் இரவு அது. ஒரு கான்டிராக்ட்காரர் வீட்டில் அதன் அம்மாவை வளர்த்தார்கள். சிக்கியுடன் மூன்று குட்டிகள் அதன் அம்மாவுக்கு. இது காபி நிறம் என்றால், மற்றது இரண்டும் ஒன்று வெள்ளை, மற்றது கறுப்பு. ஆனாலும் அவை அதன் சகோதரர்கள். மூன்றும் முட்டி மோதிப் பால் குடிக்கையில், அரைக்கண் மூடி, அதன் அம்மா, அவர்களுக்கு ஆனந்தமாகப் பால் பருகத் தருவாள். வெள்ளைக் குட்டி ரொம்ப அலைச்சல்கொண்ட நாய். ஆளுக்கொரு காம்பு குடிக்க இருந்தாலும், அந்த வெள்ளையோ, மற்ற இரண்டும் குடிக்கிற காம்புக்கே போட்டிப் போடும்.

பிறந்து கொஞ்ச நாளே ஆனாலும், வாழ்க்கை அது பிறந்த வீட்டில் மிகவும் சந்தோஷமாகவே இருந்தது. கடித்தும், குரைத்தும், இடித்தும் அவை ஒன்றோடொன்று விளையாடும் காட்சியை அதுகளின் அம்மா, நாக்கைத் தொங்க விட்டபடி வேடிக்கை பார்த்துக்கொண்டிருக்கும். பசித்தால் பால். தூக்கம் வந்தால் தூக்கம். அப்புறம் விளையாட்டு. ஒளி தரும் சூரியன், இருட்டை விரட்ட விளக்கு. வாழ்க்கை எவ்வளவு ரம்மியமானது!

ஒருநாள் காலை பருத்த தொந்தி, காதில் மயிர் முளைத்தவரும் ஆன அந்த மனிதர் அந்த வீட்டுக்கு வந்திருந்தார். கான்டிராக்ட்காரரின் மனைவி, அவருக்குக் காபி கொடுத்து உபசரித்தாள். அவர் அவளிடம் சொன்னார்.

"நம்ம நண்பர் மூர்த்திக்கு ஒரு குட்டி தரனும்மா. உன் வீட்டுக்காரண்டை சொல்லியிருந்தேனே"

"எடுத்துக்குங்க அண்ணா, உங்களுக்கு இல்லாததா?"

அவர் மூன்றையும் ஒரு நோட்டம் விட்டார். சிக்கியின் மார்பு துடித்தது. படபடவென்று அடித்தது. அவர், சிக்கியைக் கையில் எடுத்து, ஒரு பிரம்புக் கூடையில் விட்டார்.

அம்மா, அண்ணா என்று அலறியது சிக்கி. அம்மா, வெறித்த பார்வையுடன் சிக்கியையே பார்த்துக்கொண்டிருந்தாள். சிக்கி, அழ அழ சிக்கியைத் தூக்கிக்கொண்டு வந்து மூர்த்தியிடம் சேர்த்தார். சிக்கிக்கு மீண்டும் மீண்டும் அம்மா ஞாபகம் வந்தது. சகோதரர்கள் ஞாபகம் வந்தது. அந்த இடம் பிடிக்கவில்லை அதுக்கு. கழுத்தைப் பிணைத்திருந்த சங்கிலி அறுந்து விழும்படி அதை இழுத்தது. சங்கிலி அறக் காணோம்.

பிரபஞ்சன் | 85

"நாய் அழறதே" என்று விழித்துக்கொண்ட மூர்த்தியின் மனைவி கேட்டாள். "புது இடம், நாளைக்குச் சரியாயிடும்" என்று மூர்த்தி சொல்வது சிக்கிக்கு கேட்டது. அது கேட்டு, சிக்கிக்கு ஆத்திரம் பொங்கியது. அப்படியே பாய்ந்து சென்று அவனைக் கடித்துக் குதற வேண்டும் போல் இருந்தது. கம்பிச் சங்கிலி, அதன் எண்ணத்தைச் செயல்படுத்த முடியாமல் தடுத்தது.

'இந்த மனுஷன் தன் மகளை மட்டும் தன்னோடு வைத்துக்கொண்டு கொஞ்சுகிறான். என்னை மட்டும் ஏன் என் அம்மாவிடம் இருந்து பிரித்தான்?' என்று நினைத்துக்கொண்டு, அம்மாவை நினைத்துக்கொண்டு மேலும் அழுதது சிக்கி.

பருத்த தொந்திகொண்ட அந்த மனிதர் வந்திருந்தார். சிக்கியைப் பார்த்துச் சொன்னார்.

"அடடே... சிக்கி, அடையாளம் தெரியாமே வளந்துட்டுதே" என்றவர், அதைப் பார்த்து "ச்சு... ச்சு... ச்சு..." என்று கைச்சிட்டிகை போட்டார்.

சிக்கிக்கு அந்த ஆளைப் பார்த்ததும் எரிச்சல் மேலோங்கியது.

'சர்த்தான் போடா, பெரிய இவனாட்டம்' என்று நினைத்து, தன் வாலை இப்படியும் அப்படியும் அடித்துக்கொண்டது.

"வாலை ஆட்டுது பார்த்தியா... என்ன இருந்தாலும் நாய் நாய்தாம்பா? மனுஷனுக்கு இந்த நன்றி உணர்ச்சி வருமா?"

அதற்கு மூர்த்தியும் அவன் மனைவியும் 'ஹி... ஹி...' என்று சிரிப்பதாக சிக்கிக்குத் தோன்றியது.

வேளா வேளைக்கு மூர்த்தியின் மனைவி சிக்கிக்குப் பால் வார்த்தாள். அது மட்டுமின்றி குழந்தை மீனாவும், பாதி வயிறு நிரம்பு முன்னே தனக்கு கொடுத்த ஆர்லிக்ஸ், காபி, பால் முதலானவற்றை சிக்கிக்கு வார்த்தாள். அதையெல்லாம் இல்லை என்று சொல்ல முடியாது. ஆனால் பால் மட்டும் சந்தோஷம்? இட்லியும், வேக வைத்த கறியும் சோறும் மட்டும்தானா சந்தோஷம்.?

அன்று மூர்த்தி குடும்பத்தார் கடற்கரைக்குப் போனார்கள். சிக்கியையும், சங்கிலிகொண்டு கழுத்தில் கட்டி அழைத்துக்கொண்டு போனார்கள். சின்னக் கடை மணிக்கூடு அருகே, சிக்கியைப்போலவே பல நாய்கள் இருந்தன. கழுத்துச் சங்கிலியோடு, மனுஷனுக்குப் பிறகே போகிற சிக்கியைப் பார்த்து

அவை ஏளனமாகக் குரைத்தன. சிக்கிக்கு அவமானமாகவும், அதே சமயம் வருத்தமாகவும் இருந்தது. திடீரென்று அதில் இருந்த இரண்டு நாய்கள், திடுமென வெறிகொண்டவைபோல ஓடத் தொடங்கின. நாலு கால் பாய்ச்சலில் ஓடின அந்த நாய்கள். மின்சாரக் கம்பம் வரை ஓடின. அருகே நிறுத்தி வைக்கப்பட்டிருந்த புத்தம் புது மோட்டார் சைக்கிளின் மேல் காலைத் தூக்கி, சுகமாகச் சிறுநீர் பெய்தன. பிறகு எதையோ நினைத்துக்கொண்டாற்போல கிழக்குப் பக்கமாக, மெல்ல நகர்ந்தன. சிக்கி கவனித்ததில் அதில் ஒன்று ஆண் என்று தெரிந்தது. திரும்பித் திரும்பிப் பார்த்துக்கொண்டே சிக்கி நகர்ந்தது. அந்த ஆண் நாய் ஓரக்கண்ணால், சிக்கியைப் பார்த்து, ஒரு ரூபாய் தபால் தலை மாதிரியான நாக்கைத் தொங்கப் போட்டுக்கொண்டே இளம் சிரிப்பு சிரித்தது. சிக்கிக்கு உடம்பு சிலிர்த்தது.

காலை வேளைகளில் சிக்கியை அவிழ்த்து விடுவது வழக்கம். மீனாவும் உடன் வருவாள். கீழே இறங்கி, மூலைக் குப்பைத் தொட்டி வரை அதை அழைத்துச் செல்வாள். அங்கு சிக்கி, தன் காலைக் கடனைக் கழிக்கும். குப்பைத் தொட்டி, அதன் கற்பனையை மிகவும் தூண்டி விடுவதாக இருந்தது. பல விதமான வாசனையை அது தருவதாக இருந்தது. அந்தத் தொட்டியை முகர்ந்து, அதற்கு உள்ளே வாசம் செய்ய வேண்டும் என்று அதற்கு உந்துதல் எழுந்தது. தொட்டியை முகர்ந்து, மோப்பம் பிடித்தபடி, சிக்கி குப்பைத் தொட்டிக்குள் தாவி உட்கார்ந்துகொண்டது.

"சிக்கி... சிக்கி... வெளியே வா" என்று மீண்டும் மீண்டும் கத்தினாள் மீனா. அவளைக் கடிக்கப் போவதுபோல, கோபமாக 'உர்' என்றது சிக்கி.

"அம்மா" என்றபடி மீனா வீட்டுக்கு ஓடினாள்.

"என்னாச்சு" என்றபடி மூர்த்தியும் அவன் மனைவியும் ஓடி வந்தார்கள். மூர்த்தி, ஒரு கோலை எடுத்துக்கொண்டு வந்து சிக்கியை அடித்தான். சிக்கி வீட்டுக்கு வாலைப் புட்டத்தில் இடுக்கிக்கொண்டு ஓடி வந்தது.

மூர்த்தி தன் தொந்தி நண்பருடன், கவலை தோய்ந்த குரலில் சொல்லிக்கொண்டிருந்தான்.

"என்ன, இந்த சிக்கி இப்படிப் பண்ணுது. எவ்வளவு சுத்தமா நான் அதை வளர்த்துகிட்டு இருக்கேன். அதுக்குன்னு ஒரு சோப்பு,

அதுக்குன்னு ஒரு டவல், வேளை தவறாமே நல்ல சாப்பாடு, வாக்கிங், எதுல குறை.? எதனால் அது குப்பைத் தொட்டிக்குள்ளே போய்ப் புகுந்துக்குதோ."

"நாளானா சரியாப் போயிடும் விடுப்பா" என்றார் அந்த நண்பர்.

சிக்கி அவர்கள் உரையாடலைக் கேட்டுக்கொண்டுதான் இருந்தது. மூர்த்தியின் முகத்தைப் பார்க்கவே அதுக்கு எரிச்சலாய் இருந்தது. இவனைப் பெரிய படிப்பாளி என்று வேறு சொல்லிக்கொண்டிருக்கிறார்கள். ஏன் நம் மனசை இவனால் புரிந்து கொள்ள முடியாமல் போய் விட்டது. எவ்வளவு பெரிய முட்டாள் இவன்?

சின்னக் கடை மணிக்கூண்டில் சிக்கி பார்த்த அந்த சக ஜீவன்கள், அதன் ஞாபகத்துக்கு வந்தன. அதைப் பார்த்துச் சிரித்த அந்த வீரியமிக்க ஆண் நாயின் ஞாபகம் வேறு வந்தது. திரண்டு, வலிமை பொருந்தின அதன் உடல்வாகு, அடிக்கடி சிக்கியின் கனவில் வந்து அதன் உறக்கத்தைக் கெடுத்தது.

எதிர்காற்றைக் கிழித்துக்கொண்டு, ஒரு விசைப் பந்தைப்போல தெரு முனைக்கு ஓட வேண்டும்போல இருந்தது. சங்கிலி அதைப் பிணைத்திருக்கிறதே! வெளிச்சத்தில், வெறிகொண்டாற்போல அலைந்து திரிய வேண்டும்போல இருந்தது. ராத்திரிகளில் குப்பை மேட்டில், பின்னங்கால்களால் மண்ணைச் சீண்டி விட்டுக்கொண்டு மண்ணில் படுத்துப் புரண்டு ஆனந்தமாகத் தூங்க வேண்டும்போல இருந்தது. மூர்த்தியின் சங்கிலி அதை அதன் இஷ்டத்துக்கு விடாமல் கட்டிப் போட்டிருக்கிறதே!

சிக்கிக்கு சீக்கிரமே வாய்ப்புக் கிடைத்தது!

அன்று காலை, விடியும் நேரம், மழை திடுமென வானத்தைப் பொத்துக்கொண்டு பெய்யத் தொடங்கியது. பைத்தியம் பிடித்தாற்போல வானம் வெட்டி எடுத்தது. இடி உறுமிற்று. சிக்கி மழைச் சாரலில் நனைந்தபடி கத்தத் தொடங்கிற்று.

"சிக்கி என்னத்துக்குக் கத்துது?"

"மழையில பயப்படுறதுபோல."

"அவிழ்த்து வந்து நடையில விடு. ஞாபகமா மாடிக்கதவைச் சாத்தி வை. ஓடிறப் போவுது."

அவள், சிக்கியைக்கொண்டு வந்து நடையில் விட்டு, பாத்ரூமுக்குச் சென்றாள். கீழே யாரோ அழைப்பு மணியை ஒலித்தார்கள். மூர்த்தி, படுக்கை அறையை விட்டுக் கைலியும் துண்டுமாகப் படி இறங்கிக் கீழே போய், கதவைத் திறந்தான். பால்காரர் நின்றிருந்தார். பால் பாத்திரம் எடுத்து வர, அவன் மாடி ஏறி வந்தான். கதவு திறந்தபடி இருந்தது. சிக்கியின் காதில் யாரோ, 'நல்ல சமயம், இதை நழுவவிடாதே' என்று சொல்வது போல் இருந்தது.

படியைத் தாவி இறங்கித் தெருவில் ஓடத் தொடங்கியது சிக்கி.

மனம் குதிபோட்டது.

வாழ்வில் முதல் முறையாகச் சந்தோஷமாக இருப்பதாக சிக்கிக்குத் தோன்றியது. காற்றோடும், வேறு எதனோடும் போட்டிப் போட்டதுபோல, இரைக்க இரைக்க ஓடி வந்து மணிக்கூண்டு மீன் கடை வாசலில் நின்றது. மூன்று நாய்கள் விளையாட்டாக ஒன்றோடு ஒன்று கடித்துக்கொண்டு இருந்தன. அதுகளின் அருகில் சிக்கி நிற்கவே, அவை அதை ஆச்சரியமுடன் பார்த்து 'அடே' என்று குரைத்தன.

"தனியாகவா வந்தே? உன் எஜமான் எங்கே? என்றது ஒன்று.

"எஜமானா? அவன் கிடக்கிறான் சொண்டி. போடான்னுட்டு உங்கிட்டே வந்துட்டேன்."

"அதான் சரி. நம்ம இஷ்டம்போல இருக்கிறதை விட்டுட்டு, நம்மளை வளக்கிறானுவளாம். மயிராண்டிக" என்றது ஒன்று.

சிக்கி சுற்றும் முற்றும் தேடியது. தண்ணீர்க் குழாய்க்குப் பிறகால், அந்த ஆண் நாய் படுத்துக்கொண்டிருந்தது. ஓர் எலும்பை வைத்துக்கொண்டு கடித்தபடி இருந்தது. அது சிக்கியைப் பார்த்து லேசாகச் சிரித்தது.

"எலும்பு வேணுமா? கொஞ்சம்?"

"சீ! எச்சல் எல்லாம் நான் சாப்பிடுகிறதில்லை."

எங்கிருந்தோ சொறி வந்து மயிரெல்லாம் இழந்த ஒரு பெரிய ஆண் நாய் வந்து, சிக்கியை உரசிக்கொண்டு நின்றது. மேனி மயிர்கள் எல்லாம் குத்திட்டு நிற்க, மெய்மறந்து நின்றது சிக்கி.

"உர்ர்" ஆண் நாய் உறுமிற்று.

"அவளை விடு" என்றது அது மீண்டும்.

சொறி நாய் அலட்சியமாக ஆண் நாயைப் பார்த்து, "என்ன?" என்றது இளக்காரமாக.

"அவளை விட்டு நகரு"

"நீ என்ன தாலியா கட்டியிருக்க அவளுக்கு?"

ஆண் நாய் வெறிகொண்டு பாய்ந்தது.

இரண்டு நாய்களின் சண்டையில் போக்குவரத்து ஸ்தம்பித்தது. வெகு ஆக்ரோஷமுடன் நடந்த அந்தச் சண்டை, ஏதோ ஒன்றின் உயரைப் பலி கொள்ளப் போவதாகத் தோன்றியது. மனிதர்கள் அஞ்சிக்கொண்டு அப்பால் அகன்றார்கள். சொறி நாய், உடம்பெல்லாம் இரத்தம் ஒழுக வாலைப் புட்டத்துக்குள் அடக்கிக்கொண்டு அழுதுகொண்டு ஓடியது. நெஞ்சை நிமிர்த்துக்கொண்டு சிக்கியைப் பார்த்தது அது. இரண்டும் ஒரே ஓட்டமாக ரயில்வே ஸ்டேஷன் சுவரைப் பார்த்து ஓடின.

உடம்பெல்லாம் வலித்தாலும் உடம்பு முழுக்க ஆனந்தம் பரவியது போல் உணர்ந்தது சிக்கி. அரைக்கண் மூடி, கல்யாண வீட்டு எச்சில் சோற்றுக் குப்பையின் மேல் கிடந்தது அது. திடுமென யாரோ அதுக்கு மாலை போட்டாற் போல் இருந்தது. திடுக்கிட்டுக் கண் விழித்தது. எதிரே காக்கிச் சட்டை அணிந்த இருவர் நின்றிருந்தார்கள். ஒருவன் கையில் கயிறு இருந்தது. அவன் கையில் இருந்த கயிறின் மறுமுனைதான் தன் கழுத்தை இறுக்கியது என்பதைச் சிக்கி உணருமுன் வண்டிக்குள் வந்து விழுந்தது அது. அங்கு நாலைந்து நாய்கள், பயத்தில் உதறிக்கொண்டிருந்தன.

மூர்த்திக்கு முப்பது ரூபாய்க்கு மேல் செலவாயிற்று. சிப்பந்திகள் மூவருக்கு ஆளுக்கு அஞ்சு ரூபாய், அவர்களில் மேஸ்திரி மாதிரி இருந்தவன் முப்பது ரூபாய் கேட்டான். நல்லவேளை அதிகாரி ஆசனத்தில் இல்லை.

தலைகவிழ்ந்தபடி சிக்கி ஆட்டோவில் வந்துகொண்டிருந்தது. மூர்த்தி தன் நண்பரைப் பார்த்துச் சொல்லிக்கொண்டு வந்தான்.

"என்ன தொந்தரவு என்ன செலவு இன்னிக்கு. ஆபீசுக்குப் பர்மிஷன் வேறே! நாம இந்த நாயை எப்படி நேசிக்கிறோம்னு இதுக்குப் புரியவே இல்லையே. கண்ட கண்ட பொறுக்கி நாயோட சேர்ந்தா இது என்னாவது? இப்பவே மயிர் விழ ஆரம்பிச்சுட்டது. அதுதான் கவலையா இருக்கு. எப்படி வளர்த்தேன்? குப்பைத்

தொட்டியும் எச்சில் இலையும், பொறுக்கி நாயும் சுகம்னு போவுது இது. என்ன பண்ண?"

மிகுந்த வருத்தததுடன் புலம்பிக்கொண்டே வந்தான் மூர்த்தி.

வீட்டு வாசலில் ஆட்டோ நின்றது. மூர்த்தி பாக்கெட்டில் கையை விட்டான். பணம் எடுத்து எண்ணி ஆட்டோவுக்குக் கொடுத்தான். குனிந்து சிக்கியைத் தூக்கினான். சிக்கி அவன் கையைக் கடித்துக் காயப்படுத்தி விட்டுப் பாய்ந்து குப்பை மேட்டை நோக்கி ஓடியது.

"பிடி... பிடி..." என்று கத்தினார் நண்பர்.

"வேணாம் போகட்டும்" என்றான் மூர்த்தி விரக்தியாக.

1991

சிறுமை கண்டு...

கொண்டப்பாவை எல்லாரும் பரம சாது என்று சொல்வார்கள். அப்படிச் சொல்வது அவனுடன் அலுவலகத்தில் பணி ஆற்றுபவர்கள் தாம். சிலர், பசு என்றும் கூறுவார்கள். மனிதனாகிய அவனை. அப்படிச் சொல்வது இழித்துரைப்பதாகாது. அவ்வளவு சாந்தமானவன் என்பதை அவர்கள் அப்படிச் சொல்கிறார்கள். அவனது அதிகாரிகள். அவனை ஒரு லட்சிய எழுத்தராக மற்றவர்களுக்கு குறிப்பாக, புதிதாக அலுவலில் சேர்ந்த கத்துக் குட்டிகளுக்கு உதாரண புருஷனாகக் காட்டுவார்கள்.

கொண்டப்பா தன் பிறந்த நாளைக் கொண்டாடு வதில்லை. அதனால், வயதாகாமல் இருப்பதில்லையே. ஆகிக் கொண்டுதான் இருந்தது.

சுதந்திர தினத்தன்று முதலமைச்சர் கோட்டையில் கொடி ஏற்றிச் சிரிக்கும் போதெல்லாம் அவனுக்கு ஒரு வயது ஏறி, இன்று நாற்பதை எட்டிவிட்டிருந்தான். நில அளவைப் பதிவேடு அலுவலகம் என்கிற, அழுக்கும் குப்பையுமாகக் காகிதங்கள் சுவர் பக்கம் அடுக்கி வைக்கப்பட்டிருக்கும் ஓர் அலுவலகத்தில், அவன் ஒரு எழுத்தராகவும் பணி ஆற்றிக்கொண்டிருந்தான். தான் வகிக்கும் உத்தியோகப் பொறுப்பை அவன் என்றும் குறைத்து மதிப்பிட்டிருந்தவன் இல்லை. மனித வாழ்க்கைக்கு மிகவும் இன்றியமையாத ஒரு பணியை, தான் செய்து வருவதாகவும், தன் பணியை தான் நிறுத்திவிடும் பட்சத்தில் மாமூல் வாழ்க்கையே ஸ்தம்பித்துப் போய்விடும் என்பதாகவும் அவன் நினைப்பதுண்டு. அந்த நினைவு பல வேளைகளில் அவனை அச்சுறுத்துவதுண்டு. அவன் கணக்கில் நில

அளவை நீர் மற்றும் மூச்சுக் காற்று மாதிரி, அது இல்லாமல் போன ஒரு நிலையில், மனிதர்கள் எவ்வாறு திகைத்துத் தடுமாறிப் போய்விடுவார்கள் என்பதை நினைக்க அவனுக்குக் குழம்பும். திகிலால், மயிர் கூச்செறிய நாற்காலியிலேயே புதைந்து போய் அவன் பல நேரங்களில் இருந்து விடுவதுண்டு.

அவன் உதாரண புருஷனானதற்கான காரணங்கள், நிறைய இருக்கவே செய்தன. காலை ஒன்பது நாற்பத்தைந்துக்கு, கடிகார முள்கள் ஆறரையில் நிற்பதுபோல அவன் நாற்காலியில் இருப்பான். சரியாகப் பத்து மணிக்கு எல்லார் மேசைக்கும் ஆவார இலையில் வைத்து சம்சா வரும். அதைத் தொடர்ந்து சரியாகக் கழுவப்படாத, எச்சில் நீரில் கழுவப்பட்ட தேநீர் வரும். அதைத் தொடர்ந்து அலுவலர்கள் புகைக்க, வெற்றிலை பாக்குப் போட வெளியே செல்வார்கள். கொண்டப்பாவுக்கு இது போன்ற பழக்கங்கள் ஏதும் இல்லை. அவனிடம் அலுவல் காரணமாகக் கிராமத்துக்காரர்கள் வருவார்கள்.

கிராமத்துக்காரர்களைக் கண்டால் அலுவலர்களுக்கு மகிழ்ச்சி கரை புரண்டு ஓடும். அவர்களை எளிதில் கலவரம் அடையச் செய்யலாம். "நிலமா, அப்படியென்றால்? உன் பரம்பரைக்கே நிலம் கிடையாது என்று ரிகார்டு சொல்கிறதே, அய்யா" என்றால் போதும். அந்தக் கிராமத்துக்காரன் கிலி அடித்துப் போவான். அந்த நேரத்தில் மிகவும் சௌகர்யமாக முடிச்சவிழ்க்கலாம். காக்கா வடையைத் திருடிய கதையைப் படித்துத்தானே சில ஐ. ஏ. எஸ். ஐ. பி. எஸ். முதலான அத்தனை கிரிமினல்களும் உருவாகியிருக்கிறார்கள். ஆகவே ஒரு சாதாரண எழுத்தன் திருடுவது அல்லது லஞ்சம் பெறுவது தவறே ஆகாது. பரம்பரை பரம்பரையாக ஆகி வந்த தெய்வாம்சம் பொருந்தின நிலத்தை, அரசாங்கமே வடிவெடுத்து வந்திருக்கிற சர்வ வல்லமைகொண்ட ஆபீசர் சாபம் கொடுப்பது மாதிரி அப்படிச் சொன்னால், என்ன செய்ய? ஆட்டை, மாட்டை பெண்டாட்டித் தாலியை விற்றாவது அந்தக் கிராமத்து மனிதன் லஞ்சம் கொடுக்க முன் வருவான்தானே?

கொண்டப்பா லஞ்சம் வாங்குவதில்லை.

"நான் சம்பளம் வாங்குகிறேன்." என்பான் கொண்டப்பா. அவனுடன் பணி ஆற்றும் அறுபத்து ஆறு எழுத்தர்களில், எப்படியும் நாற்பது பேராவது லஞ்சம் வாங்குகிற அல்லது லஞ் சத்தில் தன் பங்கை பெறத் தயங்கவில்லை. அதற்கு அவர்கள்

சொல்கிற காரணம் வேறாக இருந்தது. தங்களின் அலுவலக வருகைக்குச் சம்பளம் என்றும், தாம் வேலை செய்ய லஞ்சம் என்றும் அவர்கள் தம் வாழ்வுக்குத் தத்துவம் வகுத்திருந்தனர்.

ராஜராஜன் காலத்து நில அளவைப் பதிவானாலும், ஓமத்தூரார் மற்றும் காமராசர் காலத்துப் பதிவு வேண்டுமானாலும் கூப்பிடு கொண்டப்பாவை என்பது அதிகாரிகளின் வழக்கமாக இருந்தது. சில மணித் துளிகளில் அவன் அதைக் கண்டுபிடித்துத் தந்துவிடுவான். கொண்டப்பா இல்லையென்றால், சில பதிவேடுகளைக் கண்டுபிடிக்கக்கூட முடியாமல் போய்விடும் என்பதை சகாக்கள் அறிந்தே இருந்தனர். ஆகவே, அவன் அந்த அலுவலகத்தின் அச்சாகவும், ஹிருதயமாகவும் இயங்கினான்.

எழுத்தர் தேவசகாயமானாலும், எழுத்தர் புராண மணி ஆனாலும், யார் ஒருவருக்கு உதவி தேவைப்பட்டாலும் அதை நிறைவேற்றுபவனாகக் கொண்டப்பா இருந்தான். டூப்ளே காலத்துப் பதிவு ஒன்று தேவைப்பட்டது, அமலோற்பலம் அம்மாளுக்கு. அவள் விதவை, அதோடு ஏழை. இருந்தாலும்கூட, அவளிடமிருந்தும் குறைஞ்சது நூறு ரூபாயாவது கறந்து விட முடியும் ஓர் எழுத்தருக்கு. கொண்டப்பா, காலணா வாங்காமல் அந்தக் காரியத்தைச் செய்து கொடுத்தான். விதவை, கண்ணால் ஜலம் விட்டாள். ஆனால் சக எழுத்தர்களோ அக்காரியத்துக்காக அவனை மன்னிக்கத் தயாராக இல்லை. அவன் வேண்டுமானால் லஞ்சம் வாங்காமல் இருக்கலாம். மற்றவர் கதி என்ன ஆவது? அவர்களை உத்தேசித்தாவது அவன் வாங்கி இருக்க வேண்டும். ஆகவே அவன் மேல் அவர்கள் நியாயமாக வருத்தப்பட்டார்கள். “வைக்கோல் போரில் கட்டின நாய் அவன்” என்றார்கள். நாய், தானும் வைக்கோலைத் தின்னாது பிறத்தியாரையும் தின்ன விடாது. ஆகவே கொண்டப்பா ஒரு நாய்.

தேவசகாயத்தின் மனைவிக்குக் குறைப் பிரசவம். அந்தக் காலத்தில் அவர் அலுவலகமே வரவில்லை. அவர் வேலையையும், இழுத்துப் போட்டுக்கொண்டு அவனே செய்தான். எழுத்தர் புராணமணிக்குச் சென்ற புயல் மழையின்போது வீடு சரிந்து விட்டது. அந்தக் காலத்தில் கொண்டப்பாதான் அவர் வேலையையும் சேர்த்துக் கவனித்தான்.

ஆகவே, அவன் மேல் அதிகாரிகளாக விளங்கிய தேவலோக புத்திரர்களுக்கு அவன் மிகவும் விரும்பத்தக்கவனாக இருந்தான். நிலைமை இப்படியேச் சுமுகமாக இருந்திருக்குமானால், அவன்

எழுத்தனாகவே காலத்தைக் கழித்து ஓய்வு பெற்றிருப்பான். ஆனால், நிலைமை வேறாக மாறியது. முட்டாள்கள் விதி என்பார்கள். கொண்டப்பாவும் விதியை நம்புகிறவன்தான்.

விதி ஓர் அரசியல்வாதி உருவில் வந்தது. கடா மீசை வைத்திருந்தான் அவன். இராசராச சோழன் தன் பெயர் என்று அவன் சொல்லிக்கொண்டான். அந்தப் பெயர்கொண்டவர்கள் எல்லாம் ஒரு மாதிரியானவர்தாமோ! வெள்ளைச் சட்டையும், அதி வெள்ளையாக வேஷ்டியும் அவன் அணிந்திருந்தான். மானம் கெட்டவர்களுக்குத்தான் மானத்தை மறைக்க எவ்வளவு நல்ல ஆடைகள் கிடைக்கின்றன. வண்ணத்தில் கரை போட்டிருந்த வேஷ்டி. அது நில அளவைப் பதிவு சம்பந்தமாக ஒரு பிரச்சினையோடு அவன் வந்திருந்தான். அவனைக் கண்டதும் அதிகாரி அவன் பூட்ஸ் காலை நக்கி முத்தமிடத் தயாரானார்.

அந்த அதிகாரியின் ஜோஸ்யம் இங்குச் சொல்லத்தகும். அவர், மற்ற சில அதிகாரியைப்போலவே இன்னுமோர் அயோக்கியர் ஐ. ஏ. எஸ். காரர் என்பதால், சாமர்த்தியத்தனத்தில் அகில இந்திய அளவில் பரிட்சை கொடுத்துப் பாஸ் பண்ணியவர் அவர். எந்தக் கட்சி ஆட்சிக்கு வந்தாலும் அதன் வர்ணமாக, தானும் மாறி தன் தகுதியைப் பிழைக்க வைத்துக்கொண்ட அதி புத்திசாலி அவர். இந்த வர்க்கத்தில்தான், சிலருக்கு இயற்கை, முதுகெலும்பை வைத்துப் படைக்கவில்லையே. ஆகவே, குனிதலும், நிமிர்தலும், அவருக்கு மிகச் சுலபமாகக் கைவந்தது. அரசியல்வாதிகளிடம் மிகுந்த விஸ்வாசமாக, இருக்கும் அவர், ஏழை ஜனங்களிடம் மிகுந்த கடுமையாக நடந்து கொள்வார். அழுக்கு வேஷ்டியும், திறந்த மேனியும் நாலு நாள் ஷவரம் செய்யப்படாத முகமுமாக வரும் விவசாயியை, ஒரு மனுஷ ஜீவனாக அவர் நடத்துவதில்லை. அந்த மாதிரி மனிதர்கள் தரும் வரிப்பணத்தில்தான் தனக்குச் சம்பளம் கிடைக்கிறது என்பதை மறந்து போனவர் அவர். ஆகவே, அவர் உயர் அதிகாரியாக இருந்தார்.

இராசராச சோழனைப் பார்த்ததும் அவர் தன் ஆறடி உயரமும் ஓர் அடியாகக் குறுகி, வாமன அவதாரம் பூண்டு, "அடியேனுக்கு ஐயாக்கள் தரும் 'உத்தரவு' யாது?" எனமிழற்றினார்.

வேறு யாருக்கோ சொந்தமான நிலத்தைத் தன் பெயருக்கு மாற்றி எழுதித் தரவேணும் என்று கருத்துத் தெரிவித்தார் சோழன். "உத்தரவு" என்றார் அதிகாரி.

கொண்டப்பாவை அழைத்து மேற்படிக் காரியத்தைச் செய்யச் சொன்னார் அதிகாரி.

“என்னது, இன்னொருத்தர் மேல் இருக்கும் பட்டாவை மற்றவர் மேல் மாற்றி எழுதுவதா? அது சாத்தியப்படாது” என்றான் கொண்டப்பா.

“இது என் உத்தரவு”

“கீழ்ப்படிய முடியாது”

பிணக்கு அந்த க்ஷணத்தில் ஏற்பட்டாயிற்று.

அடுத்த நாள், ஏதோ ஒரு பைலைக்கொண்டு போய் அவர் முன் கொண்டப்பா நீட்டியதுதான் தாமதம். அதை அவன் முகத்தில் விட்டெறிந்தார் அவர். “என் கண் முன் நிற்காதே. வெளியேறு. உன்னைத் தொலைத்துத் தலை முழுகுகிறேன்” என்று அவர் கத்தினார். கொண்டப்பா நோய் வாய்ப்பட்டான்.

வனதிராட்சை அம்மாள், அந்தக் காலத்திலேயே பத்தாம் வகுப்பு படித்தவள். அவள் தந்தை, தாத்தா எல்லோரும் அரசாங்க உத்தியோகத்தில் இருந்தவர்கள். பெரிய உத்தியோகத்தில் இருந்தார்கள். பெரிய உத்தியோகங்கள்! வசதி மிகுந்த குடும்பம் அது. சகோதரர்கள் உள்ள குடும்பத்தில், ஒரு சகோதரியாகப் பிறந்தவள். ஆகையால் சீரும் சிறப்புமாக வளர்ந்தவள். சகோதரர்கள் அறுவரும் பிரான்சில் பெரிய உத்தியோகம் வகித்தார்கள். ஆகவே, அங்கிருந்து ‘கதம்ப’ சோப்பும், பாப்பையாசென்ட்டும், பூதர் மாவும், துணிமணிகளும் எல்லாம் அனுப்பி வைத்து, வனதிராட்சையை மணக்கச் செய்தார்கள். அதுவன்றியும், அவர்கள் வீட்டில் ‘பெழோ’ கார் ஒன்றும் இருந்தது. அம்மாள் பள்ளிக்கூடம் போவதிலிருந்து வேறு எங்கு போக வேண்டி வந்தாலும் காரில்தான் பயணம் என்று அமைந்திருந்தது. ஞாயிற்றுக் கிழமைகளிலும் மற்றும் பண்டிகை நாட்களிலும் அப்பா ‘ஷாம்பெயின்’ ஊற்றிக் கொடுக்க, குடும்பத்தார் வட்டமாக அமர்ந்து குடித்து விட்டு அப்புறம்தான் சோறு உண்பார்கள். வாரத்தில் மூன்று நாட்கள் கறியும், ஒரு நாள் மீன் சோறும், ஒருநாள் எறால் சோறும், ஒரு நாள் கோழிக் கறியும், ஒரு நாள் புலவும் என்று உணவு முறை அமைந்திருக்கும். சாயங்காலங்களில் மதுரமான மணம்கொண்ட சாம்பிராணிப் புகை படரவிட்டு, வனதிராட்சை அம்மாள் ஜபம் சொல்வாள். குடும்பத்தார் அவள் படிக்கக் கேட்கையில் கோயில் ஆர்மோனியம் வாசிக்கக் கேட்பதுபோல இருப்பதாக அவளின் அப்பாவும் அம்மாவும் கூறுவார்கள்.

வனதிராட்சை, தொட்டால் சிணுங்கியைப் போல் இருப்பதாக அவளின் ஆசிரியைகள் சொல்வதுண்டு. அவளின் பள்ளிக்கூடத்து திரேக்தர் சந்தனமரி அம்மாள் ரொம்பவும் நல்ல மாதிரியான பொம்பளை என்று மிஷன் தெரு வட்டாரத்தில் சொல்லப்படுவதுண்டு. வனதிராட்சை அம்மாள் குடும்பத்துக்கு அவள் சுற்று வழியில் சொந்தக்காரியாயும் இருந்தாள். வனதிராட்சை ஒருநாள் அகலமான டாலர் கோத்த செயின் அணிந்துகொண்டு பள்ளிக்கூடம் வந்திருந்தாள். அகலம் என்றால் உள்ளங்கை அகலம். அத்தனையும் வைரம் பதித்த டாலர். அழகாகத்தான் தோன்றும். ஆபரணங்கள் அழகானவை என்று ஒப்புக் கொள்ளும் மனமிருந்தால் அன்றைய தேதியில்தான் சந்தனமரி அம்மாள், தன் நாய்க்கு முனிசிபாலிட்டி லைசென்ஸ் வாங்கி, அந்த நம்பரை ஓர் இரும்புத் தகட்டில் அடித்து நாயின் கழுத்தில் ஒரு செயின் மாதிரி தொங்க விட்டிருந்தாள். வனதிராட்சையின் செயினைப் பார்த்ததும், தவிர்க்க முடியாமல் அந்த அம்மாளுக்குத் தன் நாயின் கழுத்துச் செயின் ஞாபகத்துக்கு வந்து விட்டது.

அவள், விகண்டையாக, "அடடே... எங்க வீட்டு ஜிம்மி மாதிரியே இருக்கியே" என்றாள் கிண்டலாகத்தான். ஆனால் சுற்றி நின்ற மகிமை அம்மாள், கோந்திலீன், மெர்சி மேகிலீன் எல்லோரும் அலறி அடித்துக்கொண்டு சிரிக்கவே, வனதிராட்சைக்குப் பெரும் அவமானம். தலைகுனிவு ஏற்பட்டு விட்டதாக நினைத்துக்கொண்டாள். அந்த நிமிஷத்திலிருந்தே சந்தனமரி அம்மாளை அவள் வெறுக்கத் தொடங்கினாள். அந்த அம்மாளாவது அந்நியர், சொந்த அப்பாவைக்கூட அவள் பல நாட்கள் வெறுத்துப் பேசாமல் இருந்தது உண்டு.

பிரான்ஸ் தேசத்தில் பன்றிக்குட்டிகள் சிறந்த உணவு கொடுக்கப் பட்டு சிறப்பாகப் போஷிக்கப்பட்டு வளர்க்கப்படுபவை. உணவுக்காகவே அவை வளர்க்கப்படுவதால், அழுக்கைத் தின்னாமல் பாதுகாக்கப்படுபவை. பன்றிக் குட்டிகளாக இருக்கையில் பார்க்க வெகு அழகாய் இருக்கும். உடம்பு முழுக்க குறும்புத்தனம் நெகிழ்ந்து ஓடும். தூக்கி வைத்துக் கொஞ்சலாம்போல இருக்கும். வாலில் ஆங்கில எழுத்து 'ஓ' மாதிரி சுழிக்கையில் வெகு தமாஷ். யானைக் கன்றுகளுக்கும், பன்றிக் குட்டிகளுக்கும் நிறைய ஒற்றுமை அதன் தோற்றத்திலும் விளையாட்டிலும் உண்டு. பிரியத்துக்குரிய இவற்றை மனிதர்கள் மேல் சார்த்தி 'என் அருமை பன்றிக் குட்டியே' என்றால்

அது தவறாகி விட்டது. அப்பாவும் அந்த எண்ணத்தில்தான் விளையாட்டாக எல்லோர்க்கும் எதிரில் 'என் அருமை வெள்ளை வீட்டு வளர்ப்புப் பன்றிக் குட்டியே' என்றார். குடும்பத்தார்க்கு முன்னால்தான் அப்படிச் சொன்னார். அப்படிச் சொன்னதும் கேட்டவர்கள் சிரிப்பார்கள்தானே?

வனதிராட்சை அம்மாள் கோபித்துக்கொண்டாள். கடுமையாக முகத்தை வைத்துக்கொண்டு, மூன்று நாட்கள் பேசாமல் இருந்தாள். அம்மாவேகூட, கோழி மிதிச்சா குஞ்சு முடமாகும்? என்று கேட்டாள். வனதிராட்சை அப்படித்தான். அவளிடம் நேராகத்தான் எதுவும் பேச முடியும். சுற்றி வளைத்தோ, விகண்டையாகவோ யாரும் எதுவும் பேசிடக்கூடாது. அப்படிப் பேசுவது தன்னை இழிவுபடுத்தும் பேச்சு என்று அந்த அம்மாளுக்கு எண்ணம்.

வனதிராட்சைக்குப் பத்து வயதைத் தாண்டும் முன்னரே அம்மா தாவணி போடச் சொல்லி விட்டாள். அம்மாவின் உத்தரவு அது என்றால் கீழ்ப்படிய வேண்டியதுதானே? காரணம் தெரியாமலே தாவணி அணிந்தாள். பதினைந்து வயசு ஆன உடனே அம்மா அவளைக் கல்யாணம் கட்டிக் கொடுத்துவிட வேண்டும் என்று தீர்மானித்தாள். கல்யாணம் என்றால் என்ன? வனதிராட்சைக்குத் தெரியாது. அம்மா சொன்னாள். அம்மா கொடுத்த புது உடைகளை உடுத்திக்கொண்டாள்.

அப்பா சொன்னார் அம்மாவிடம், "கர்த்தர் நம்மிடம் சந்தோஷம் கொண்டாடிக் கொண்டிருக்கிறார். அதனால்தான் நம் தானியக் களஞ்சியம் நிரம்பி வழிகிறது. நம் கிருஷத்துக்குள்ளே வெள்ளிப் பணத்தின் குலுங்கல் சப்தம் கேட்கிறது. நம் மந்தையில் ஆடுகளும், பன்றிகளும் பல்கிப் பெருகுகின்றன. ஆகவே, நம் ஒரே புத்திரிக்கு ஏற்கெனவே, பணக்காரனாக இருப்பவன் வேண்டாமே. ஏழையானாலும், படிப்பும் பண்பும் உள்ள மனிதனாக ஒருவனைப் பார்த்து அவனுக்கே நம் புத்திரியைக் கொடுத்து ஒரு புது கனவானை உருவாக்கலாமே" என்றார்.

"கர்த்தருக்குச் சித்தமானால் அந்தப் படியே ஆகட்டுமே" என்றாள் அம்மா. கர்த்தர் மனசுக்குள் கொண்டப்பா இடம் பெற்றிருந்தான் போலும்.

உயர் அதிகாரி என்று சொல்லப்பட்டவன், கொண்டப்பாவை தன் அலுவலகத்துக்கு அழைத்தான். அவன் ஓர் ஐ. ஏ. எஸ்.

அலுவலன். வடநாட்டுக்காரன். அவனுக்கு இந்தத் தேசத்தின் பழக்க வழக்கம், கலாசாரம், பண்பாடு மற்றும் மனிதரின் தகுதிகள் எதுவும் தெரியாது.

அவன் கொண்டப்பாவை பார்த்துச் சொன்னான். அவனுக்கு ஆங்கிலம்கூடச் சரியாக பேச வரவில்லை. ஹிந்தியும் ஆங்கிலமும் கலந்து பேசினான்.

"கொண்டப்பா... நீ மேல் அதிகாரிகளோடு ஒத்துழைக்க மறுக்கிறீராமே?"

"இல்லை ஐயா, அப்படி இல்லை."

"பின் அவர் உம்மைப் பற்றி எதற்கு அநாவசியமாக ரிபோர்ட் அனுப்புகிறார். அவருக்குப் பைத்தியமா பிடித்திருக்கிறது?"

"இருக்கலாம், இல்லாமல் இருக்கலாம். அவரைப் பற்றி எனக்குச் சரியாகத் தெரியாது ஐயா"

"ஒரு மேல் அதிகாரியைப் பற்றி, இப்படி ஓர் அபிப்பிராயத்தை நீ சொல்லலாமா?"

"மன்னிக்க வேண்டும். நான் அபிப்பிராயம் சொல்லவில்லை. எனக்குத் தெரிந்ததைத் தாங்கள் கேட்டதால் சொன்னேன்."

"சரி, அவருடன் ஏன் ஒத்துழைக்க மறுக்கிறீர்கள்?"

"மறுக்கவில்லை ஐயா, அவர் என்னைப் பொய் சொல்லச் சொல்கிறார். தவறான சர்டிபிகேட்டை வழங்கச் சொல்கிறார்"

"எது சரி, எது தவறு என்று அவருக்குத் தெரியாதா? நீர் என்ன இரண்டாவது மகாத்மாவா? அவர் சொல்வதைச் செய்ய வேண்டியது தானே உமது கடமை."

"தவறு என்று தெரிந்தும் அதை எவ்வாறு செய்வது ஐயா?"

இந்த அதிகாரி, கொண்டப்பாவை அதி ஆச்சர்யம் தோன்றப் பார்த்தான். புலியும், கோவேரிக் கழுதையும் சேர்ந்து தோன்றிய புது வகையான பிராணி ஒன்றைப் பார்ப்பது மாதிரி, அவன் கொண்டப்பாவைப் பார்த்தான். எந்த விலங்கியல் பூங்காவில் இருந்து தப்பித்து வந்தவன் இவன்?

"சரி, சரி... ஒழுங்காகப் பணியைச் செய்ய முயற்சி செய்யும். நான் உம் மேல் நடவடிக்கை எடுக்க உந்தப்படுகிறேன். உம்மை நீரே பாதுகாத்துக் கொள்வது நல்லது. இதுவே என் எச்சரிக்கை" என்று

அந்த வடநாட்டுச் சிறுவன் கொண்டப்பாவிடம் சொன்னான்.

கொண்டப்பா மிகுந்த தளர்ச்சியோடு வீடு திரும்பினான். கால் செருப்புகூட அவனுக்குக் கனமாக இருந்தது. வீடு சேர்ந்த கணவனைப் பார்த்தவுடன் அவன் தளர்ச்சியைப் புரிந்துகொண்டாள் வனதிராட்சை.

"கபே கொண்டு வரட்டுமா?" என்றவள், கொண்டு வந்து கொடுத்தாள்.

"வேணாம். கபேவை எடுத்துக்கிட்டுப்போ" என்றான் எரிச்சலுடன்.

"ஏன்?"

"உன் மூஞ்சி"

அவள் திகைத்தாள்.

"என்ன சொல்கிறீர்கள்?"

"உன் மூஞ்சி என்று சொன்னேன்."

வனதிராட்சையின் மனசு புண்பட்டது.

அவள் தன் அறைக்குள் சென்று வேதகாமத்தை எடுத்து வைத்துக்கொண்டு வாசிக்கத் தொடங்கினாள்.

"ஏய்" என்று அவன் கத்தினான்.

"என்ன?"

"விஸ்கி இருந்தால் கொண்டு வா."

கொண்டு வந்து கொடுத்தாள் அவள். பிறகு கேட்டாள்.

"ஏன் என்ன விஷயம்?"

"உன் மரமண்டைக்கு அதெல்லாம் ஏறாது"

"பரவாயில்லை சொல்லுங்க."

"ஆபீசில் என்னை யாரும் புரிந்து கொள்ளவில்லை. என்னைக் கேவலப்படுத்துகிறார்கள். என்னைச் சிறுமைப்படுத்துகிறார்கள். அந்த அயோக்கியர்களின் அயோக்கியத் தனங்களுக்கு ஒரு முடிவு கட்டுகிறேன் பார். அவர்களை ஒழித்துக் கட்டுகிறேன்."

அவள் சிரித்தாள். அவனுக்குப் பற்றிக்கொண்டு வந்தது.

"இதுதான் பொம்மனாட்டி என்கிறது. நான் அவமானத்துக்குள்ளாகி இருக்கிறேன். அதைச் சொல்லும்போது சிரிக்கிறாயே! ஜடம், பாறை, அறிவுச் சூன்யம்."

அவள் மேலும் சிரித்தாள்.

"பொட்டை நாயே, உன்னைக் கொன்று போடுவேன்."

"எதற்கு?"

"எதற்காக? புருஷன் என்கிற மரியாதை இல்லையே?"

"மனைவி என்கிற மரியாதை உங்களிடமும் இல்லையே."

அவனால் பேச முடியவில்லை.

"நான் சிறுமைப்படுத்தப்பட்டிருக்கிறேன்."

"அதற்காக, நான் சிறுமைப்பட வேண்டுமா? உங்கள் மேல் அதிகாரிகள் உங்களைச் சிறுமைப்படுத்தினால், அவர்களை எதிர்த்துப் போராடுங்கள். என்னை நீங்கள் எதற்காகச் சிறுமைப்படுத்த வேண்டும்? உங்களைச் சிறுமைப்படுத்துகிற அவர்கள் அயோக்கியர்கள் என்றால் என்னைச் சிறுமைப்படுத்தும் நீங்கள்...?"

அவன் போதை தெளிந்ததாய் உணர்ந்தான்.

1990

சின்னஞ் சிறு வயதில்

ஜோதிக்குப் பிறந்த நாள் வர இருந்தது.

அப்பா அவளிடம் கேட்டார்.

"பிறந்த நாளுக்கு உனக்கு என்னம்மா 'பிரசன்ட்' வேணும்?"

ஜோதி யோசித்தாள்.

யோசித்தல் என்பது, கண்களை மேலே செருகிக் கொள்ளுதல்; கூரையைப் பார்த்தல், ஏற்கெனவே கடித்துத் துப்பப்பட்டிருந்தாலும், இருப்பதுபோல் பாவித்துக்கொண்டு நகத்தைக் கடித்தல்; இவை அனைத்தையும் செய்து விட்டு ஜோதி சொன்னாள்:

"எனக்கு ரோஜாச் செடி வேணும்பா, நம்ம வீட்டுல அழகழகா ரோஜா வளர்க்கப் போறேனே!"

அப்பாவிம் முகம் தொங்கிப் போயிற்று.

"கல் இழைத்த வைர நெக்லஸ், பட்டுத் தாவணி, பட்டுப் பாவாடை இப்படி ஏதாச்சும் கேப்பேன்னு நெனச்சேம்மா" என்றார்.

அப்பாவிடம் உசத்தியான அளவுக்கு காசு இருந்தது. மகளின் ஆசையும் ரொம்ப உசத்தியாக இருக்க வேண்டும் என்று அவர் எதிர்பார்த்தார்.

"ஊஹூம். எனக்கு ரோஜாச் செடிகள்தான் வேணும்."

ஜோதி சிணுங்கினாள். இந்த நேரத்தில், காலை உதைத்துக்கொள்ள வேண்டும். முகத்தை எட்டுக் கோணலாக்கிக்கொள்ள வேண்டும். தரையைத்

தப்பென்று உதைத்துக் கொண்டு அறையைப் பார்த்துப் போக வேண்டும். இவை அனைத்தையும் செய்த பிறகு, அப்பா இறங்கி வந்தார்.

"சரி... உன்னிஷ்டம்."

ஆனாலும், தன் அருமை ஒற்றை மகளுக்கு ஒரே ஒரு ரோஜா செடியா வாங்கித் தருவது? பதிநான்கு செடிகள் வாங்கித் தந்தார். என்ன கணக்கு பதினான்கு? ஜோதிக்கு வயது பதிநான்கு.

ரோஜாச் செடிகளின்மீது ஜோதிக்குத் திடீரென எப்படி ஆர்வம் ஏற்பட்டது? போன வாரம் ஒரு தோழியின் வீட்டுக்கு அவள் போயிருந்தாள். தோழி அவள் வீட்டுக்கு முன்புறம் ரோஜாத் தோட்டம் போட்டிருந்தாள். ரோஸ், இரத்தச் சிவப்பு, மஞ்சள், கறுப்பு, வெள்ளை என எத்தனை வர்ணங்களில் ரோஜாக்கள்? வெள்ளைத் தாளில் சிவப்பு மையைக் கொட்டிக் கவிழ்த்தாற்போல அந்தச் சிவப்பு ரோஜாதான் எவ்வளவு அழகு? அந்த ரோஜாக்களால் மனிதர்களும், வீடும் சுற்றுப்புறமும்கூட எவ்வளவு அழகு பெற்றுத் துலங்கியது? போதாததற்கு அந்தத் தோழி வேறு, ஒற்றைச் சடை, பின்னி அதற்கேற்ப ஒற்றை ரோஜாவைச் செருகி இருந்த பாங்குதான் என்ன?

அந்தக் கணத்தில், தன் வீட்டிலும் ரோஜாக்கள் பூத்துக் குலுங்குவதைக் கனவில் கண்டாள் ஜோதி.

ஜோதியின் வீட்டுக்கு முன்புறம் கொஞ்சம் நிலம் இருந்தது. அந்தக் காலத்துப் பதினாறு முழப் புடவையை விரித்துக் காய வைக்கும் அளவுக்கு நிலம்.

அப்பா சொன்னதுபோலப் பதினான்கு ரோஜாச் செடிகள் வாங்கித் தந்தார். வரிசைக்கு நான்காக, மூன்று வரிசைகள் பூமியில் நட்டாள். ஜோதி வீட்டு வாசலுக்கு இரு மருங்கும் இரண்டு.

ஜோதி வீட்டில் பூசைத் தாத்தா என்றொருவர் இருந்தார். அது என்ன பூசை? எப்போதும் நெற்றி, மார்பு, முன் கை புஜங்களில் பட்டை பட்டையாகப் பூசை போடுபவர் அவர். ஆகையால் அவர் பூசைத் தாத்தா. எந்தக் காலத்திலோ சமையல் செய்து வந்தவர்தான் தாத்தா. வீட்டோடு ஒன்றிக் குடும்பத்தில் ஒருவர் ஆகி விட்டார். அம்மாவைச் சின்ன வயசிலேயே இழந்து போன ஜோதிக்குத் தாத்தாதான் அம்மா.

பூசைத் தாத்தா மீன் முள்ளென வெளுத்த மீசையைத் தடவி விட்டுக்கொண்டு செடி நட, ஜோதிக்கு உதவியாய் வந்தார்.

"குழந்தை செடியை மட்டும்தான் நேராய் நடலாம். கிளையைக் கொஞ்சம் சாய்வாய்த்தான் நடணும்"

"இல்லேன்னா கிளை முளைக்காது"

ஒவ்வொன்றுக்கும் ஒரு சுபாவம், மாட்டுக்கு வைக்கோல், குதிரைக்குக் கொள்ளு.

ஜோதி முகம் சுளிக்க, மாட்டுச் சாணத்தைக் கரைத்து ஒவ்வொரு செடிக்கும் ஊற்றினார் தாத்தா.

அந்த நாள் முதல்கொண்டு, ரோஜாச் செடிகளும் கிளைகளும் ஜோதியின் உயிராகி விட்டன. ஜன்னலின் இரும்புச் சிலுவையில் சிட்டுக் குருவிகள் உட்கார்ந்து கீச்கீச் சென்று கத்தும் வைகறைப் பொழுதுகளில், கண்ணைப் பிட்டுக்கொண்டவுடன் ஓடி வந்து தோட்டத்தில்தான் நிற்பாள் ஜோதி.

ஒவ்வொரு செடியையும், கிளையையும், கிளைக் கணுவையும் உற்றுப் பார்ப்பாள். ஏதேனும் ஒன்றின் கணுவில், பச்சை முகப்பரு மாதிரி, ஓர் இலை துளிர்விட்டிருக்கும். நாபியிலிருந்து குப்பென்று ஒரு சந்தோஷம் பந்தாய்ச் சுழன்று உடம்பு முழுக்கப் பாயும்.

ஒரு புதிய தளிர், ஒரு புதிய குழந்தை.

அந்தப் புதிய பச்சை உயிரைத் தொட்டுத் தடவ வேண்டும்போல இருக்கும் அவளுக்கு.

"உஸ், அதைத் தொடக்கூடாதும்மா..." என்பார் தாத்தா. இந்தத் தாத்தாவே நிறைய ரகசியங்களின் பொட்டலம். அதைச் செய்யக்கூடாது, இதைச் செய்யக்கூடாது, ஒவ்வொன்றுக்கும் ஒரு காரணம் வைத்திருப்பார்.

நித்தம் காலையிலும், மாலையிலும் செடிகளுக்குத் தண்ணீர் ஊற்றுவது ஜோதிதான். தாத்தா, "படிக்கிற பொண்ணுக்கு என்னத்துக்கம்மா சிரமம், நான் ஊத்தறேன்" என்று மல்லாடுவார். ஊஹூம், ஜோதி சம்மதிக்க மாட்டாள். அவள் கண்ணால் அவற்றைப் பார்ப்பதுபோல, அவள் கைகளால் தண்ணீர் ஊற்ற வேண்டும், குழந்தைக்குச் சோறு ஊட்டுவதுபோல! காலாண்டுத் தேர்வின்போது, வெறும் குச்சியாய் இருந்தவை! அரையாண்டுத் தேர்வுக்குள், பூத்துக் குலுங்கத் தொடங்கி விட்டன.

பென்சில் முனை போன்ற துளிர், பச்சை நெற்றிப் பொட்டு மாதிரி கொழுந்து கிள்ளிப் போட்ட வெற்றிலைக் காம்பு போன்ற இலைகள், சின்னச் சுண்ணாம்புக் கட்டி மாதிரி அரும்புகள், சின்னஞ்சிறு வாழைப்பூ மாதிரி மொட்டுக்கள், அப்புறம் ரோஜாக்கள்... குழந்தை வளர்ந்து மனிதனாவதுபோல, பள்ளிக்கூடம் எடுத்துக்கொண்டது போக, மீதி நேரங்களை ஜோதி செடிகளிடம் வாழ்ந்தாள். அவற்றிடம் பேசினாள். அவை அவளைப் பார்த்துத் தலையசைக்கும். சிரிக்கும், பேசும். அவற்றின் பாஷையை அவள் அறிவாள். வார்த்தைகள் இருந்தால்தானா மொழி?

ஒருநாள் மாலை, அவள் அந்த ரோஜாக்களிடம் ஊடே அமர்ந்து திளைத்திருக்கையில் அவள் கவனம் பக்கத்து வீட்டு மாடிக்குச் சென்றது.

ஓர் இளைஞன், உடற்பயிற்சி பனியனும், வெள்ளை அரைக்கால் சட்டையும் அணிந்துகொண்டு உடற்பயிற்சி செய்பவனாய், மொட்டை மாடியின் ஒரு முனையில் இருந்து மறுமுனைவரை அரை வட்டமாய் ஓடிக்கொண்டிருந்தான். குதித்துக் குதித்து ஓடும்போது தலை கொள்ளாத அவன் முடி எகிறி எகிறித் தாழ்ந்தது வேடிக்கையாய் இருந்தது. மாலைச் சூரிய ஒளியில், கூழாங்கல் மாதிரி மஞ்சளாய் மினுக்கினான் அவன்.

"தாத்தா... தாத்தா" என்று இரைந்து கூப்பிட்டாள் ஜோதி.

உள்ளே ஏதோ வேலையாய் இருந்த தாத்தா 'பொதுக் பொதுக்'கென்று ஓடி வந்தார்.

"என்னம்மா" என்றார், மூச்சிரைக்க.

"அது யாரு தாத்தா?" என்று தலையைத் திருப்பாமல், கண்ணால் பக்கத்து வீட்டு மாடியைச் சுட்டினாள் அவள்.

தாத்தா திரும்பி, சூரிய வெளிச்சத்தைக் கையால் மறைத்துக்கொண்டு அண்ணாந்து பார்த்தார்.

"அந்தப் பையனா?"

"உம்"

"அந்த வீட்டுக்குப் புதுசா யாரோ குடி வந்திருக்காங்களாம். அந்த வீட்டுப் பையனா இருப்பான்."

பிரபஞ்சன் | 105

தாத்தாவுக்கு ஒரு விஷயம், அதன் ஆழத்தோடும் அகலத்தோடும் தெரிய வேண்டும். மறுநாள் தெரிந்துகொண்டு வந்தார்.

அவர்கள் திருச்சிப் பக்கத்து ஊர்க்காரர்கள். அந்தப் பையன் திருச்சியில் ஏதோ ஒரு கல்லூரியில் படித்துக்கொண்டிருக்கிறான். கல்லூரியில் ஏதோ ஸ்டிரைக். விடுமுறையில் வீட்டுக்கு வந்திருக்கிறான். துறுதுறு பையன், ஏதாவது செய்துகொண்டிருக்க வேண்டும் அவன். உடம்பை ஒழுங்குப்படுத்திக் கொண்டிருக்கிறான்.

“சுத்த வாலா இருக்கும். ரெட்டை வாலைப் பார்த்தாலே தெரியுதே...” என்றாள் ஜோதி.

தாத்தா அவளை உற்றுப் பார்த்துச் சிரித்தார்.

“இவ்வளவு அழகாகப் பூ பூத்திருக்கே, ஒரு நாளாவது திரும்பிப் பார்க்குதா அது?”

“எது?”

“அதுதான்... அந்த ஸ்ரீகாந்த்தான்” பேரைப் பாரு ஸ்ரீகாந்த்தாம்.

“ஸ்ரீகாந்த்... கீ காந்த்... மீகாந்த்... வீ காந்த்”

கழுத்தை எட்டுக் கோணலாக்கிக்கொண்டு அந்தப் பெயரை மீண்டும் மீண்டும் முனகினாள் அவள்.

“எதைப் பார்க்கணும்ங்கீறே குழந்தை?”

“என் ரோஜாத் தோட்டத்தைத்தான்.”

“அப்பப்பா! நான் பயந்தே போயிட்டேன்.”

“எதுக்கு?”

“இல்லே... உன்னை அவன் பார்க்கவில்லையேன்னு நீ கோவிச்சுக்கிட்டதா நினைச்சுக்கிட்டேன்...”

“சீய்” என்றாள் ஜோதி.

ஒரு விஷயம் ரசிப்புக்குரியதாய் இருந்தால் ‘பயங்கரம்’ என்று சொல்ல வேண்டும். பிடித்தும் பிடிக்காமலும் இருந்தால் “சீய்” என்று சொல்ல வேண்டும்.

இந்தக் கிழங்கள் ரொம்ப பயங்கரங்கள் என்று நினைத்துக் கொண்டாள் ஜோதி. ஒரு குதி குதித்துத் தாண்டி உள்ளே ஓடினாள் அவள். அந்த நேரத்தில் அப்படித்தான் ஓட வேண்டும்.

இந்த மொட்டை மாடிகள்தான் எவ்வளவு சௌகர்யமானவை. காத்துக்குக் காத்து, வெறுமனே வேடிக்கை பார்க்கலாம். வீடுகளின்

விசித்திரமான தலைகளைத் தரைமட்டத்திலிருந்தே பார்க்கலாம். கட்டைச் சுவர்களில் வந்து உட்காரும் காக்கைகளையும், சிட்டுக்களையும் வேடிக்கை பார்த்துக்கொண்டே படிக்கலாம். படிக்காமலும் இருக்கலாம்.

"என்ன குழந்தே! இப்பல்லாம் உன்னைக் கீழே பார்க்கவே முடியல்லையே... விடிஞ்சா மொட்டை மாடிக்கு வந்துடறே... சாயங்காலம் பூரா இங்கேயே இருக்கே, ஊம்...?" என்றார் தாத்தா.

தாத்தாவுக்கு மொட்டைமாடி என்பது வத்தல் காய வைக்கும் இடம்.

"தொந்தரவு இல்லாம படிக்க முடியறது தாத்தா. பரீட்சை வரப் போகுதில்லே? இன்னும் யானை அளவுக்குப் படிக்க வேண்டியிருக்கே?"

தாத்தா திரும்பிப் பக்கத்து வீட்டு மாடியை பார்த்தார். ஸ்ரீகாந்த் இந்தக் கட்டைச் சுவருக்கும், அந்தக் கட்டைச்சுவருக்கும் ஓடிக்கொண்டிருந்தான். முயல் மாதிரி பம்மிப் பம்மி.

"படிக்கிறியாக்கும்" என்றார் தாத்தா. தன் பஞ்சுமிட்டாய் மீசையைத் தடவி விட்டுக்கொண்டு, 'கக் கக் கக்'கென்று அடித் தொண்டையால் தவளை மாதிரிச் சிரித்தார்.

"சீய்... இந்தக் கிழம் ரொம்ப மோசம்பா" என்று முனகிக்கொண்டாள் ஜோதி. ஆனாலும், மனசுக்குள் சந்தோஷமாகவே இருந்தது.

பகல் நேரங்களில் அந்த விசித்திரமான ஸ்ரீகாந்த், ஒரு பச்சைக் கிளியைத் தோளில் வைத்துக்கொண்டு சுற்றிக்கொண்டிருந்தான். அவனுடைய அப்போதைய உயிர் நாட்டம் அந்தப் பச்சைக் கிளியாய் இருந்தது. ஒரு கொத்துக் கீரைக் கட்டைத் தோளில் போட்டுக்கொண்டு சுற்றுவதுபோல், அந்தக் கிளையை அவன் சுமந்து திரிந்தான். ஜோதிக்கு ஆச்சரியமாய் இருந்தது. அவன் கையை நீட்டினால், கிளி அவன் முன் கையில் வந்து அமர்ந்து, வாழைப்பழத்தைக் கொத்திக் கொத்தி ஆகாயத்தைப் பார்த்துக்கொண்டு சாப்பிட்டது.

"ஏன் தாத்தா... கிளியை இப்படிப் பழக்க முடியுமா என்ன?"

"எதைத்தான் பழக்க முடியாது குழந்தை? பாம்பை ஆட்டி வைக்கலையா? சிங்கத்தைக்கூட நாய்குட்டி மாதிரி மாத்திடலாமே? யானைக் குட்டியை நாற்காலியில் உக்கார வைக்கிறாங்களே!"

"எனக்கு 'லவ்பேர்ட்'ஸ் வாங்கித் தர்றியா தாத்தா."

"லவ்வோ, கிவ்வோ, உன் அப்பாவைக் கேட்டு உத்தரவு வாங்கிடு. படிக்கிற பொண்ணுக்கு பறவை, பூச்சி புண்ணாக்குன்னு எதுக்குடா வாங்கித் தர்றே படுவான்னு உங்கப்பா என்னக் கோவிச்சுக்கக்கூடாது பாரு..."

"போ தாத்தா, அப்பா அப்படியெல்லாம் சொல்லமாட்டாங்க"

ஜோதி உதடுகளைச் சுளித்து முறுக்கிக் காட்டினாள்.

அப்பா, காலைப் பலகாரம் சாப்பிடும்போது சொன்னார். "ஏன் தாத்தா ஜோதி என்னமோ கேக்கறாளே, வாங்கிக் கொடுங்களேன். பணம் அலமாரியிலே இருக்கு, எடுத்துக்குங்கோ... ஆமா, ஜோதி என்ன வேணுங்கிறே நீ..." என்று கேள்வியைத் தூக்கி போட்டு விட்டுப் பதிலை எதிர்பார்க்காமல், "இன்னிக்குக் கத்தரிக்காய் கொத்சு ரொம்பப் பிரமாதம்" என்றார்.

லவ்பேர்ட்ஸ்கள் வந்து சேர்ந்தன.

சிட்டுகள் மாதிரி உடம்பு. பச்சைக்கிளி மாதிரி மூக்கு. குடுகுடுப்பைக்காரன் சட்டை மாதிரி பல வண்ணங்களை ஒட்டுப் போட்ட உடம்பு. சின்னச் சின்ன உயிர்கள் கீச்கீச் சென்று முனகிக்கொண்டு கூண்டுக்குள் இருக்கிற உணர்வே இல்லாமல், உடம்பை நீவிக்கொண்டு தெய்வமே என்று சாந்தமாய் உட்கார்ந்திருக்கிற, அந்தப் பறவைகளையே மணிக்கணக்காய்ப் பார்த்துக்கொண்டிருந்தாள் ஜோதி. 'ஐயோ' என்றிருந்தது, மனசில் பச்சாதாபம் அடைந்தது.

"என்ன குழந்தை, சாப்பாடுகூட வேணாம் போலிருக்கே?" என்றார் தாத்தா.

"இதுங்களைப் பார்த்தா பாவமா இருக்கு தாத்தா."

"இந்தப் பறவைங்க வந்த பின்னே, ரோஜாவை மறந்துட்டியேம்மா"

"பச்... தோட்டத்தை நீங்களே பார்த்துக்குங்க தாத்தா" தாத்தா அவளையே பார்த்துகொண்டு நின்றார்.

இப்போதெல்லாம் மொட்டை மாடிக்குப் படிக்கப் போகும்போது புத்தகத்தோடு கூண்டையும் எடுத்துக்கொண்டு போனாள் ஜோதி. கூண்டை ஓர் ஓரமாக வைத்து விட்டு உலவிக்கொண்டே படிப்பாள். ஒரு கண் கூண்டில், ஒரு கண்

புத்தகத்தில். பக்கத்து வீட்டில் வழக்கம்போல் அந்த மாலையில் ஸ்ரீகாந்த் உடற்பயிற்சியில் ஆழ்ந்திருப்பான். படிப்பதன் பாவனையில் அசிரத்தை ஏற்படும்போது, புத்தகத்தை மூடி வைத்துப் விட்டுப் பறவைகளைக் கவனித்துக்கொண்டிருப்பாள்.

அவை, அவற்றின் உலகத்தில் ஆழ்ந்திருக்கும். ஒன்றுக்கொன்று உறவாடி, உறவாடுவதையே வாழ்க்கையாய் ஆக்கிக்கொண்டன அவை. ஓடும் நதியைப் பார்ப்பதுபோல் இருக்கும், அவற்றைப் பார்க்க. மனசை இழுத்துப் பிடித்து ஒரு புள்ளியில் நிறுத்தி வைத்து விடுகின்றன இவை. கால உணர்வையும் மறக்க அடிப்பவை இவை.

ஒருநாள் ஜோதி தாத்தாவைக் கேட்டாள்.

“ஏன் தாத்தா, பக்கத்து வீட்டுக்குக் குடி வந்தாங்களே, அவங்க காலி பண்ணிட்டுப் போயிட்டாங்களா, என்ன? பார்க்கவே முடியவில்லை.”

“அவங்களா, அவனா?”

“சீய்... போ... தாத்தா”

“காலேஜ் திறந்துட்டாங்களாம். அவன் போயிட்டான்.”

பறவைகள் கீச்கீச் சென்று அனாவசியமாகத் கத்தின. கூண்டை எடுத்துக்கொண்டு கீழே இறங்கி வந்தாள் ஜோதி.

“ஜோ, பரீட்சைதான் முடிஞ்சு போச்சே, சும்மா வீட்டுக்குள்ளேயே அடைஞ்சு கிடந்தா எப்படி? இன்னிக்கு ஒரு டான்ஸ் நிகழ்ச்சிக்குப் போகிறோம். ரெடியா இரு!” என்றார் அப்பா, அலுவலகம் புறப்படும் முன்.

“ஹை” என்று குதித்தாள் ஜோதி.

அவளுக்கு ஒரே பிரமிப்பாய் இருந்தது, அன்று பார்த்த நடனம். தன்னந்தனியாக ஒரு பெண்மணி இராமாயணம் முழுவதையும் ஆடி அபிநயித்தாள்.

இராமனும், சீதையும் ஊஞ்சல் ஆடும் நிகழ்ச்சி, மெய்சிலிர்க்க வைத்தது அவளை. இல்லாத ஊஞ்சலில் உட்கார்ந்து ஆடிய அந்த நடன மணி, சீதையை, அந்தப் பதினைந்து வயசுப் பெண்ணையும், அவள் வெட்கத்தையும் காதலையும் கண்முன்கொண்டு வந்தாள். அவளே இராமனாகவும், மாறிப் பௌருஷம் என்னவென்பதையும் வெளிக்காட்டினாள். கிறங்கிப் போனாள் ஜோதி.

காரில் வீடு திரும்பும்போது ஜோதி அப்பாவிடம் சொன்னாள்.

"அப்பா... எனக்கு டான்ஸ் கத்துக்கணும்."

"என்னா?" என்றார் அப்பா ஆச்சரியத்துடன்.

"நான் நாட்டியம் கத்துக்கப் போறேன்."

அப்பா பெரிதாகச் சிரித்தார். அப்புறம், "ஓகே... பத்மாவையே ஏற்பாடு பண்றேன்"

வண்டியை நிறுத்துமுன் இறங்கிப் பாய்ந்து வீட்டுக்குள் ஓடினாள் ஜோதி.

"நாட்டியம் எப்படி இருந்தது குழந்தை?" என்றார தாத்தா.

"பிரமாதம்" என்றாள் ஜோதி. மனம் முழுக்க ஜல்ஜல் என்றன சலங்கைகள். தன் நடையே நாட்டியமாகி விட்டதோ என்கிற பிரமை ஏற்பட்டது அவளுக்கு.

"தாயே, யசோதா ஆடினாளா?" என்றார் தாத்தா

ஜோதி அவரைக் காதிலேயே வாங்கினால்தானே.

கிளிகள் "கீச்கீச்" என்றன இவளைப் பார்த்து.

"தாத்தா இந்தக் கிளிகளை என் ப்ரெண்டுக்குக் கொடுத்துடப் போறேன்."

"கொடுத்துடப் போறியா?"

"ஆமா. நான் டான்ஸ் கத்துக்கப் போறேனே!"

ஓயிலாக இடுப்பை வளைத்து ஆடுகிற பாவனையோடு அறைக்குள் ஓடினாள் ஜோதி.

தாத்தா அவளையே பார்த்துக்கொண்டு நின்றார்.

1992

பப்பா

அப்போதெல்லாம் பப்பாவைப் பார்க்கப் போவதென்பது எங்களுக்கு ஒருபொழுது போக்கு, ஒரு வேடிக்கை, ஒரு விளையாட்டு. அப்போதுதான் நான் உயர்நிலைப் பள்ளிக்கு வந்திருந்தேன். என்னுடன் விஜயராகவனும், மைக்கேலும்கூட உயர்நிலைப் பள்ளிக்கு வந்திருந்தார்கள். நாங்கள் மூன்று பேரும் இணைபிரியாத் தோழர்கள். தமிழாசிரியர்கள் எங்களை மூவேந்தர்கள் என்பார். ஆனால் மூவேந்தர்கள் எப்போது ஒன்றாக, ஒன்று சேர்ந்து எங்களைப்போல நண்பர்களாக இருந்தார்கள்? காலம் முழுக்க ஒருவரையொருவர் அடித்துக்கொண்டல்லவா இருந்தார்கள். ஒற்றுமையாக இருந்தார்கள் என்றால், யாராரோ அந்நியர்களும், ஆங்கிலேயர்களும், பிரஞ்சுக்காரர்களும் இந்த நாட்டுக்குள் எப்படி நுழைந்திருக்க முடியும்?

பள்ளிக்கூடம் மாலை நான்கு மணிக்கு விடும். நாங்கள் பெரிய பாப்பாரத் தெரு வழியாக மிஷன் தெரு சேர்ந்து, டூப்ளெக்ஸ் தெரு திரும்பி, கவர்னர் மாளிகையைத் தொட்டு, சர்க்கிள் கிளப்புக்கு வருவோம். எங்களுக்கு முன்னே, பத்துப் பனிரெண்டு வயதுக்குட்பட்ட சிறுவர் கூட்டம் ஒன்றும் பப்பாவுக்காகவே காத்திருக்கும். சிறுவர்கள் என்று அல்ல. பெரியவர்கள், ஏழ்மைப்பட்டவர்கள், ஒன்றிரண்டு ரிக்ஷா வண்டிக்காரர்கள் என்று சிலர் பப்பாவுக்காக சர்க்கிள் கிளப்புக்கு வெளியே காத்திருப்பார்கள். சர்க்கிள் கிளப் என்பது எல்லா கிளப்புகளையும்போல வெறுமனே குடிக்கும் கூத்தடிக்கும் இடமாகவும் இல்லை. நகரின் பொறுக்கி எடுத்த பிரமுகர்கள் மட்டுமே வந்து கூடுகிற இடம்

அது. அதில் உறுப்பினராக இருந்து, அங்கு காணப்படுவதே, தங்கள் பெரிய மனிதத் தன்மைக்கு சாட்சி, என்று கருதினார்கள் அவர்கள்.

பப்பா, அங்கு சரியாக ஆறு மணிக்கு வருவார். வந்தால் ஏழு, ஏழரை மணி வரை சீட்டாடிப் பொழுதைப் போக்குவார். அவருடன் சீட்டாடுவதற்கென்று, உள்ளங்கை நமைச்சல் எடுத்துக்கொண்டு அமர்ந்திருப்பார்கள், ஊர்ப் பிரமுகர்கள்.

சர்க்கிள் கிளப்பின் எதிரே, பூங்கா இருக்கிறது. பிரஞ் சுக்காரர்கள் ஏற்படுத்திய பூங்கா, வரிசை வரிசையாகக் கொன்றை மரங்கள் மலிந்த பகுதி அது. சீசன் சமயங்களில், மஞ்சள், சிவப்பு என்று வண்ணம் வண்ணமாகப் பூத்து நிற்பது. மரங்கள் தீப்பற்றிக்கொண்டு எரிவது மாதிரி இருக்கும். நடைபாதையிலும், தெருவிலும், பூக்கள் சிதறி, கால் வைக்கக் கூசும். பூக்களை மிதிக்கக்கூடாது அல்லவா?

பப்பா வரும் நேரம் நெருங்க நெருங்க, அந்தக் கூட்டம் அமைதியை இழக்கத் தொடங்கிவிடும். கிளப்புக்கு வந்து நிற்கும் எந்தக் காரையும் போய் பப்பா, பப்பா என்று சுற்றிச் சூழ்ந்துகொண்டு நிற்கும். அந்தக் காரில் வந்தவர் பப்பாவாக இருக்க மாட்டார். பப்பாவுடன் கதைப்பதற்கு என்று வந்த லட்சுமணசாமி உடையாராக இருக்கும். அல்லது பிரதேச காங்கிரஸ் தலைவர் நாதனாக இருக்கும். இல்லை, அஷ்ரப் வந்திருப்பார். அல்லது கந்தசாமிப் பிள்ளையாக இருக்கும். கூட்டம்தான் ஏமாற்றத்தைச் சிரித்துப் போக்கிக் கொள்ளும், ஒவ்வொரு முறை ஏமாறும் போதும். அப்படி ஏமாறுவதையே ஒருவகை விளையாட்டு என்கிற பாவனையில், ஏமாற்றத்தை விளையாட்டாகப் பண்ணிக்கொண்டு மகிழும்.

நாங்கள் சர்க்கிள் கிளப்பின் துணை வாசல் எதிரே கட்டைச் சுவரில் ஏறி நிற்போம். எங்கள் பார்வையில், பப்பா படாமல் கிளப்புக்குள் அவர் சென்று விட முடியாது. தவிரவும் அந்த, தலையில் எண்ணெய் இல்லாத, சட்டை போடாத, போட்டாலும் அழுக்குப் படிந்த கூட்டத்தைச் சேர்ந்தவர்கள் நாங்கள் இல்லை என்கிற தோரணையில், நாங்கள் நிற்பதற்கும் எங்களைத் தனிப்படுத்திக் கொள்ளவும் அந்த இடம் வசதியாக இருந்தது. ஒப்பித்தாலைக் கடந்து வருகிற எந்தக்காராக இருந்தாலும், அது பப்பாவின் காராகத்தான் இருக்க வேண்டும் என்பதுபோல், காரைக் கண்ட மாத்திரத்தில், அந்தக் கூட்டத்தில் ஓர் எழுச்சி ஏற்படும். இது தொடர்ந்து ஆறு மணி வரை நீடிக்கும்.

கடைசியில் பப்பா வந்தே விடுவார். ஒன்று, நேராகக் கோன்சியில் இருந்து வருவார். அல்லது ஏதாவது கூட்டத்தில் இருந்து வருவார். எப்போதும் அவருடன் இரண்டு மூன்று பேர் சேர்ந்து வந்து இறங்குவார்கள். இளைஞர்களாயும் அவர்கள் இருப்பார்கள். அல்லது ரொழே டாக்டர், தாவீது அவொக்கா போன்ற பெரியவர்களாகவும் இருப்பார்கள்.

பப்பா கதர் வேஷ்டியும், கதர் அரைக்கைச் சட்டையும் அணிந்து வெள்ளை வெளேரென்று இருப்பார். சுபாவத்தில் அவர் ரோஜாப்பூ நிறம். தொட்டால் சிவந்து கொள்ளும் நிறம். அதற்கு மேல், வெள்ளைக் கதர் ஆடையுடன் அவர் இருப்பது, ரோஜாக் கூடையை வெளுத்த வேஷ்டியில் வைத்துக் கட்டியது போல் இருக்கும்.

பப்பா சட்டையில் நான்கு பாக்கெட்டுகள் இருக்கும். மேலே இரண்டு, கீழ்ப்புறத்தில் கோட்டுக்கு இருப்பதுபோல இரண்டு! கீழே இருக்கும் இரண்டு பாக்கெட்களிலும், கொத்துக் கொத்தாகச் சில்லறைகளை அள்ளிப் போட்டுக்கொண்டுதான் அவர் எங்கும் புறப்படுவார்.

பப்பா காரில் இருந்து இறங்கினார். அதுவரையில் ஏமாந்து இருந்த கூட்டம் பப்பாவைக் கண்ட மகிழ்ச்சியில், அலைமோதும். அவரைச் சுற்றிச் சூழ்ந்து கொள்ளும். தன் கைகளை 'பப்பா... பப்பா' என்றபடி நீட்டும். இடுப்பில் ஒரு குழந்தையை வைத்திருக்கும் ஒரு பெரிய குழந்தை, அவருக்கு முன் அலுமினியக் குவளையை நீட்டும். தன் முன் நீட்டப்பட்ட எல்லாக் கைகளுக்கும் சில்லறை சென்று சேர்வது மாதிரி பப்பா, தன் பாக்கெட்டிலிருந்து சில்லறைகளைக் கொத்துக் கொத்தாக அள்ளிப் போடுவார். அது, வானத்திலிருந்து மழைத்துளி மண்ணில் விழுவது மாதிரி எங்களுக்குத் தோன்றும். குழந்தைகளுக்கு, சிறுவர்களுக்கென்று மாத்திரமல்ல. பெரியவர்களுக்கும் பப்பா, தன் கையில் உள்ளதை ஈவார்.

குழந்தைகளும், பெரியவர்களும்கூட 'பப்பாவுக்கு ஜே' என்று கோஷம் போடுவார்கள். ரோஜா மலர்வதுபோல பப்பாவின் முகத்தில் எப்போதும் புன்னகை மிளிரும். அது உதடுகளை விரிவாக்கிக் கொள்வதால், விளைவது அன்று. உள்ளத்தில் இடையறாது சுரந்துகொண்டேயிருக்கும் அன்பெனும் ஊற்று, புன்னகையாய் விகசிக்கிறது அவ்வளவுதான்.

நாராயணன் என்று எனக்கு ஒரு நண்பர். என்னை விடவும் பத்து வயது மூத்தவர். எப்போதும் என்னை விடவும் மூத்தவர்கள்தான் எனக்குச் சிநேகிதர்கள். அவர் ஒரு கட்சியின் தீவிர அநுதாபி. எல்லோரையும் தோழர் தோழர் என்றுதான் அழைப்பார். அவர் எனக்குச் சொன்னார்.

“பப்பா, பிச்சைக்காரத்தனத்தை வளர்க்கிறார்.”

தோழர் சொல்வதில் சாரம் இருக்கலாம். ஆனால் பசித்து எரியும் வயிற்றுக்குத் தத்துவத்தைத் தீனியாகக் கொடுக்க முடியாது. அந்த வேளைக்கு டீயும், பன்னும் வாங்கிக் கொள்ளக் காசு கொடுப்பவன் தெய்வமே! இதில் எனக்குச் சந்தேகம் இல்லை. பசி என்கிற அநுபவத்தைப் பெற்றவன்தான், சில்லறைகளின் பெருமையை அறிவான்.

கொடுப்பதில் சிலருக்குச் சந்தோஷம். கொடுப்பதில் உயிர் வாழ்பவர்கள் இருக்கத்தான் செய்கிறார்கள். அவர்களுக்கு அது ஒரு யாகம். பப்பா, அந்த யாகத்தைத் தன் உயிர் உள்ளவரையில் செய்யத்தான் செய்தார்.

“உதவலாம். முதலமைச்சரின் வேலை உதவுவது அல்ல. ஒருவன், உதவியை எதிர்பாராமல், தன் கையால் உழைத்துச் சாப்பிடும் சூழ்நிலையை ஏற்படுத்துவதே” என்பார் தோழர். சரிதான்.

பப்பா அப்போது முதல் அமைச்சராக இருந்ததாய் ஞாபகம்.

அது ஒன்றும் அவரைக் கிளப்புக்குப் போவது, சீட்டாடுவதினின்றும் விலக்கி விடவில்லை. முதல் அமைச்சர் பதவி என்பது, அவர் முடியில் சூடியுள்ள இன்னுமோர் இறகு. அவ்வளவுதான். பப்பாவால், எங்கள் மாநிலத்து முதல்வர் பதவி மரியாதை பெற்றது என்றும், பெறவில்லை என்று சிலரும் சொல்வார்கள்.

பப்பா, நீதி பரிபாலனம் மிக்க வேடிக்கையாகவும், அர்த்தம் நிரம்பியதாகவும் இருக்கும். சீட்டாடும் இடத்தில் ஐ. ஏ. எஸ். அதிகாரிகள் பைல்களைத் தூக்கிக்கொண்டு வந்து அவர் கையெழுத்துக்குக் காத்துக்கொண்டு நிற்பார்கள். பின்னாளில் எனக்கு இது ஒரு குறியீடாய்த் தோன்றியது. அரசு என்கிற ஆள்கிற வர்க்கம், மக்களின் பிரதிநிதியிடம் அல்லது மக்களிடம் தாழ்ந்து பணிந்து ஏவலுக்கு நிற்கிற மாதிரியே எனக்குத் தோன்றியது. பைல்

கத்தைகளைச் சுமந்துகொண்டு யாருக்கும் தலை வணங்காத அந்த அதிகாரிகள், கிளப்பின் வாசலில் கால் மாற்றி கால் மாற்றி நின்றது இன்றைக்கு நினைத்தாலும் எனக்குள் மகிழ்ச்சி ஏற்படுத்தும் அநுபவமாகவே இருக்கிறது.

பப்பா மிகத் தீவிரமாக சீட்டாட்டத்தில் ஆழ்ந்திருந்தார். அப்போது பப்பாவோடு ஒரு காலத்தில் கோழிப் பந்தயத்தில் கலந்துகொண்டவரும் பப்பா கட்சியில் பங்குகொண்டவருமான துரைசிங்கம், தன் பையனோடு, கிளப் வராந்தாவில் நின்றிருந்தார். பப்பாவின் தலை இடது புறமாகத் திரும்பும் நேரத்தை எதிர்பார்த்துக்கொண்டு அவர் இருந்தார். நேரிடையாக அவர் முன் போய் நிற்பதும் துரைசிங்கத்துக்குச் சங்கடமாக இருந்தது.

பப்பா எதேச்சையாகத் திரும்பினார், துரைசிங்கத்தைப் பார்த்து விட்டார். அவர் நெற்றி சுருங்கியது. சட்டென்று எழுந்து துரைசிங்கம் அருகில் வந்து, "நீங்க முசியோ துரைசிங்கம்தானே?" என்றார்.

"ஆமாம்" என்று தலையசைத்தார் அவர்.

பப்பா அவர் கையைப் பிடித்துக் குலுக்கியதோடு நிற்கவில்லை, சேர்த்து அணைத்துக் கட்டிக்கொண்டார்.

"எத்தனை வருஷமாச்சு. சுமார் பத்து வருஷம் இருக்குமா? இருக்கும் வாருங்கள்" என்று கிழிந்த சட்டையும், அழுக்கு வேஷ்டியுமாக இருந்த அந்த மனிதரைக் கிளப்புக்குள் அழைத்துச் சென்று ஃபேனுக்குக் கீழே அமர வைத்தார்.

"என்ன சாப்பிடுகிறீர்கள்? பீர், விஸ்கி, ஒயின். என்ன வேணும்?" என்று கர்ஜித்தார் பப்பா.

"ஐயையோ... அது ஒன்றும் வேண்டாம். எனக்கு ஓர் உதவி செய்யுங்கள்."

"என்ன வேண்டும். பணம்...? அல்லது...?"

"என் பிள்ளைக்கு ஒரு வேலை. குடும்பம் ரொம்ப கஷ்டத்தில் இருக்கு. பப்பா நீங்க பார்த்துத்தான் கண் திறக்கணும்..." என்று கும்பிட்டார் துரைசிங்கம்.

பப்பா, காபி வரவழைத்து துரைசிங்கத்துக்குக் கொடுத்தார். அவருடைய பதினைந்து வயதான பிள்ளைக்குக் கொடுத்தார். அவருடைய பதினைந்து வயதான பிள்ளைக்குக் கை குலுக்கி

வரவேற்பு சொல்லி, அவனுக்கும் காபி கொடுக்கச் சொன்னார். தன் பி. ஏ. வை அழைத்து, "திராவாபப்ளிக் திரேக்தரை நான் கூப்பிட்டதா, எங்கே இருந்தாலும் உடனே என்னை வந்து பார்க்கச் சொல்லு அல்லது பேசச் சொல்லு..." என்று கட்டளையிட்டார். அடுத்த கால்மணியில் பொதுப்பணித்துறைச் செயலாளர் அங்கு தோன்றினார்.

"சாம்பசிவம், இந்தப் பையன் நம் சினேகிதர் பையன். நமக்கு ரொம்ப வேண்டிய சிநேகிதர், நீ என்ன பண்றே? நாளைக் காலைலே இவன் வந்து உன்னைப் பார்ப்பான். ஒரு மேசையைப் போடு. ஒரு நாற்காலி போடு. இவன் முன்னால ரெண்டு பைலைக் கொடுத்து வேலை கொடு. நீ போகலாம்."

பப்பா, முகத்தைத் திருப்பிக்கொண்டார்.

செயலாளர் குழப்பத்தில் ஆழ்ந்தார். இது என்ன கொத்தவால் சாவடி விவகாரமா? ஒரு மேஜையைப் போட்டு நாற்காலி போட்டு அரசாங்க வேலை கொடுக்கிறதாவது?

"மன்னிக்கணும். சட்டம், முறைன்னு ஒன்று இருக்கு. முறைப் படி..." பப்பாவுக்குக் கோபம் வந்துவிட்டது.

"கொஷோன்* சட்டமாவது, முறையாவது, மனுஷனுக்கு உதவாத சட்டம் என்ன சட்டம். கஷ்டத்துக்குக் கை கொடுக்கத்தான் நான்! எவன் நான் சொல்ற வார்த்தையை மறுக்கிறவன். தொலைச்சுப்புடுவேன்."

பப்பா வார்த்தையில் மட்டும் தொலைப்பவர் அல்லர். உண்மையாகவே தன் ஏவலை மதிக்காதவரை அவர் ஆள்கள் உதைத்து இருக்கிறார்கள். செயலாளர், தன் சட்ட அறிவைச் சுருட்டிக்கொண்டு போனார்.

பப்பா எப்போதும் இப்படித்தான், அவரது மனத்தில் கருணை சுரந்துகொண்டேயிருந்தது மனிதர்களை சிரிக்கச் செய்ய எந்தச் சட்ட வரம்பையும் அவர் புறம் தள்ளத் தயாராக இருந்தார்.

என் சிநேகிதன் ரவிக்கு, பப்பா சொன்னபடியே பொதுப் பணித்துறையில் வேலை கிடைத்தது. தட்டில் பழம், வெற்றிலையோடு போய் அவர் காலில் விழுந்தான். பப்பா, பழங்களை அவனுக்கே தந்து அனுப்பி வைத்தார்.

இன்னுமொரு வழக்கு எனக்குத் தெரியும்.

முதலியார்பேட்டைப் போலீஸ் ஸ்டேஷனில் சின்னச்சாமி என்று ஓர் இன்ஸ்பெக்டர் இருந்தான். ரௌடியாம் அவன். அவன் கொடுமை பொறுக்கமாட்டாமல், மக்கள் அவனை அடித்துப் போட்டிருக்கிறார்கள்.

அடித்தவர் பப்பாவை அணுகினார்.

பப்பா சொன்னார்.

"ரௌடித்தனம் பண்றவனை உதைக்கிறது சரி. ஆனா, அவன் நம்ம ஆபீஸ்காரன் அல்லவா? என்கிட்டே சொல்லி விட்டு அப்புறம் அல்லவா அவனை நீ உதைச்சு இருக்கணும். சரி, நீ போ..." என்று அடித்தவர்களை அனுப்பி வைத்தார்.

இன்ஸ்பெக்டரும் பப்பாவை அணுகினான். அவன் வாய் கிழிந்து முகம் வீங்கி இருந்தது.

"நீ என்ன நினைச்சுக்கிட்டு இருக்கே உன் மனசுல. கொஷோன் உத்தியோகம் பண்ண வந்தா, ஏழைகளை மிரட்டறதுன்னு அரத்தமா? அவனுக்குத் தொண்டு பண்ணத்தான் நீ வந்திருக்கே. தெரிஞ்சுதா? மரியாதையா வேலையைப் பாரு இல்லேன்னா, நானே உன்னை உதைக்க ஆள் அனுப்புவேன்."

இன்ஸ்பெக்டர் அத்துடன் வாலைச் சுருட்டிக்கொண்டான்.

பப்பாவின் சாகசங்கள் பலப்பல.

* கொஷோன் - பன்றி

"மக்களுக்கு எதிராகச் செயல்பட்ட இன்ஸ்பெக்டரையே எச்சரித்தார் பார்த்தீரா" என்று என் தோழரிடம் சொன்னேன்.

தோழர் தலையசைத்துக்கொண்டு சொன்னார். "இன்ஸ்பெக்டரை உதைத்தவர் காங்கிரஸ் நண்பர். அதே காரியத்தைக் கம்யூனிஸ்டுகள் செய்திருந்தால், 'பப்பா' அதை அனுமதித்து இருப்பாரா? பப்பான்னா, தமிழில் அப்பா என்று அர்த்தம். அதாவது மாநிலத்தின் தந்தை. தந்தை காங்கிரஸ் பிள்ளைக்குப் பிஸ்கோத்தும், கம்யூனிஸ்ட் பிள்ளைக்கு பிரம்படியும் கொடுப்பானா? கொடுத்தால் அவர் தந்தையா?

தோழர் வார்த்தையில் உண்மை இருந்தது.

1990

பிறை

திண்ணை ஓரம் படுக்கையையும், பெட்டியையும், வைத்துவிட்டு, கையை உதறிக்கொண்டேன். தோள் வலித்தது. வீடு வத்திப் பெட்டி மாதிரி அடக்கமாய் இருந்தது. வீட்டுக்கு நேர் வகிடு எடுத்த மாதிரி படி, இப்புறமும் அப்புறமும் கொஞ்சம் திண்ணை. திண்ணையையே கதவு வைத்துத் தடுத்து அறையாக்கியிருந்தார்கள். இடது புற அறைக் கதவு திறந்துகொண்டு ஒரு மாமி "யாரது?" என்றாள் தலையை மட்டும் நீட்டிக்கொண்டு.

"நான் வைத்தியநாதன். இங்கு ரூம் இருக்குன்னு கைலாச மாமா சொன்னார்"

"ஆங்... கரந்தட்டாங்குடி காலேஜ்ல படிக்கறவா நீங்கதானா..."

"ஆமா"

மாமி வெளியே வந்தாள். தூங்கி எழுந்தாற்போல கசங்கலானத் தோற்றம். தலை கலைந்திருந்தது. நெற்றி வெறிச்சென்றிருந்தது.

"காலமேயே அவர் சொல்லிண்டிருந்தார், நீங்க வருவேள்னு" என்று சொல்லிவிட்டு உட்பக்கம் பார்த்து, "பாகீ" என்று குரல் கொடுத்தாள்.

குரலுக்குரியவள் வெளியே வந்தாள். ஜடையைப் பின்னிக்கொண்டிருந்தவள் ரிப்பனை முடி போட்டவாறு வந்தாள். அசுர வளர்ச்சி. ஆல விழுது மாதிரி வாசலை அடைத்துக்கொண்டு நின்றாள். விளக்கிய பித்தளைக் குடம் மாதிரி நிறம்.

ஓரே பார்வையில் என்னை அளந்து விட்டு,

மாமியைப் பார்த்தாள்.

"அந்த ரூம் சாவியை எடுத்துண்டு வா" என்றாள் மாமி. அவள் திரும்பிப் போனாள். காலில் கொலுசு தெரிந்தது. அதிர்ந்தது. நான் என் இருப்பை அந்தக் கணம் மறந்தது உண்மை.

"தனியாத்தானே தங்கப் போறேள்"

"ஆமாம்"

"முந்தி இருந்த தடிப் பசங்க மாதிரி யாரையும் கூட்டி வச்சுண்டு கூத்து அடிக்கப் போறேள்?"

"சேச்சே..."

"சமைப்பேளா?"

"இனிமேதான் கத்துக்கணும்"

"செய்ங்கோ. ஆனா ஒரு கண்டிஷன். மாம்சம் மட்டும் சமைக்கப்படாது"

"சேச்சே."

"பீடி சுருட்டெல்லாம் பிடிப்பேளா?"

"எப்பவாவது சிகரெட்"

"எனக்கு ஆசாரமா இருக்கணும். அதான் சொன்னேன்" பாகீ சாவியை எடுத்து வந்து திண்ணையின் மேல் 'ணங்'கென்று வைத்தாள். நான் பக்கத்தில்தான் நின்றேன்.

சாவியை எடுத்துப் போய் கதவைத் திறந்தேன். கோட்டைக் கதவு மாதிரி பெரிய கதவு. நரநரவென்று மென்றுகொண்டே திறந்தது. குப்பென்று ஒரு புழுக்கை வாசனை. ஜன்னல் இல்லை. கதவு திறந்தே இருப்பது கட்டாயம்.

படுக்கையால் தூசியைத் தட்டி உட்கார்ந்தேன்.

"கொஞ்சம் தண்ணி வேணுமே?" என்றேன்.

"பாகீ... தூத்தம் கொண்டாடி"

பாகி கொலுசு சப்திக்க உள்ளே போய், மீண்டும் சப்திக்க வெளியே வந்தாள். செம்பையும், அதன் வாயில் கவிழ்த்த டம்ளரையும் திண்ணை விளிம்பில் வைத்தாள்.

நான் டம்ளரை எடுத்தேன்.

"தூக்கிக் குடிங்கோ" என்றாள் மாமி.

சட்டென்று மாமி அழகே இல்லாதவள் போலும் சூனியக்காரியின் கையில் அகப்பட்ட தேவலோகத்துக் குழந்தை

மாதிரி, பாகீயை நான் கற்பித்துக்கொண்டேன்.

தண்ணீர் குடித்து டம்ளரைக் கீழே நான் வைத்ததும், பாகீ உள்ளே போய் ஒரு கிண்ணியில் தண்ணீர்கொண்டு வந்து, நான் குடித்து விட்டு வைத்த செம்பின் மேலும், டம்ளரின் மேலும் நீர் தெளித்த பிறகே, அவற்றை உள்ளே எடுத்துச் சென்றாள்.

*

மாமி அறையில் இருந்தவாறே, கூவினாள்.

"புளியைக் கரைச்சு வச்சுட்டேளோல்லியோ?"

"வச்சாச்சு..." அடுப்பங்கரையிலிருந்து மாமா கூவினார்.

"வாணலியில் ஜலம் விட்டேளா?"

"ஆச்சு..."

"உப்பு, மிளகாய் பொடியை வாணலியில் போடுங்கோ..."

"....."

"என்ன போட்டுட்டேளா... சத்தத்தையே காணமே.?"

"மிளகாய் பொடிய எந்த டின்னிலேடி வச்சுருக்கே?"

"அதான்னா... அந்த வெள்ளை மூடிப்போட்ட டின்னிலேதான்..."

"எல்லா டின்னுக்கும்னா வெள்ளை மூடி போட்டிருக்கு..."

"நன்னா பாருங்கன்னா..."

"நன்னாத்தாண்டி பாக்கிறேன், சனியனே!"

"ஏன்னா... ஒவ்வொரு மாசமும்தான் சாம்பார் வக்கிறேள். அப்பப்பயா மறந்துடும்?"

மாமாவிடமிருந்து பதில் இல்லை. டமார் என்று ஒரு பாத்திரம் விழுந்து உருள்கிற சப்தம் கேட்டது.

மாமி தூரமாகி, எதிர் அறையில் எனக்கு முன் உட்காருகிற அந்த மூன்று நாளும் எனக்கு இது ஒரு பொழுது போக்கு. பாகிக்கு நெல் மரத்தில் காய்ப்பதாக இருக்கும் போலும். பசிக்கிறபோது சோறு இருக்க வேண்டும். அன்றியும் காலேஜ் 'டைப்' தோழிகள் என்று அவளுக்கு எத்தனையோ ஜோலி!

அந்த மூன்று நாளும், மாமிக்கு நான்தான் பேச்சுத் துணை. மாமி ஒரு நாள் சொன்னாள்.

"நான் கட்டிண்டு வந்த புதுசுல, என்னமா பட்டிருக்கேன் தெரியுமோ? மூணு நாளும் என் மாமியா என்னைத் தோட்டத்துல

உக்காத்தி வச்சுடுவா, தோட்டம்னா சொன்னேன்? காடுன்னா அது! செடி, கொடி, மரம், மட்டை இண்டு இடுக்குன்னு பயம்மா இருக்கும். ராவாச்சுன்னா ஒரு வாட்டி பாருங்கோ. பாம்பே வந்துடுத்து"

"பாம்பா?"

"ஆமான்னா, இம்மாம் பெரிய பாம்பு."

மாமி கைகளை விரித்தபோது சுவரில் கையை இடித்துக்கொண்டாள்.

*

காற்றுக்காக மாமாவும், மாமியும் திண்ணைக்கு வந்தார்கள். சமைஞ்ச பொண்ணாட்டம் அறையிலேயே ஏன் இருக்கேள். இப்படி வாங்கோ." என்று மாமா சொன்னதால் நானும் அவர்களுடன் சேர்ந்துகொண்டேன். தேங்காக் கீற்று மாதிரி நிலாப்பிறை, நீந்தி நீந்தி வந்தது காற்று.

பேச்சூடே மாமா சொன்னார்:

அவர் ஆபீசுக்கு மாவட்ட அளவிலேயே பெரிய அதிகாரி. புதுசாய் ஒருத்தன் வந்திருக்கிறானாம். வயசு இருபத்தேழுதானாம். கல்யாணம்கூட ஆகவில்லையாம்.

"ஓட்டல் ரூம் சௌகர்யப்படலை. நல்ல வீடோ, அறையோ பாத்துக் குடுங்கோன்னு என்னண்டை சொன்னான். நம்மாத்து மாடி ரூம் சும்மா தாண்டி இருக்கு? வாங்கோன்னுட்டேன்..."

"ஏண்ணா... அவாள்ளாம் என்ன ஜாதியோ? என்ன எழவோ? கண்ட கண்டவாளையெல்லாம் ஆத்துக்கு அழைச்சுண்டு வந்துடறேள்."

எனக்குச் சுருக்கென்றது. மாமா புரிந்துகொண்டார்.

"அசடே, ஜாதி என்னடி ஜாதி? பெரிய மனுஷன், ஆபீசர், நம்ம ஆத்துல தங்குறார்னா நமக்குன்னா லாபம்?"

மாமி மறுப்பு சொல்லவில்லை.

டேவிட் முத்தையா மாடிக்கு வந்து தங்கின நாலாம் நாள்தான் எனக்கும் அவருக்கும் பரிச்சயம் ஏற்பட்டது. என்னைவிடக் கூடுதல் வயசு அவருக்கு. ஏனோ நொறுங்கிப் போயிருந்தார். ஒட்டுதலாகவும் பேசினார்.

"மூணு நாளா ஐயர் வீட்டுச் சாப்பாடு சாப்பிட்டு நாக்கு செத்துப் போச்சி. நல்ல நான் வெஜ் ஓட்டலுக்குப் போவமா.?"

என்றார். அழைத்துப் போனேன். நன்றாகவே சாப்பிட்டார். திரும்பி வரும்போது சொன்னேன்.

“மாமி ஓட்டல்ல சாப்பிட்டதுக்காகக் கோச்சுக்கப் போறாள்.”

சிகரெட்டைப் பற்ற வைத்துக்கொண்டு டேவிட் சொன்னார்:

“என் உத்தியோகத்துக்குத்தான், வைத்தியநாதன், இந்த மரியாதை...” சில நிமிஷங்கள் நடந்த பிறகு மீண்டும் சொன்னார்.

“இன்னும் எங்க கிராமத்துல நான் செருப்பைக் கையில் எடுத்துக்கினுதான் நடக்க வேண்டியிருக்கு. இல்லேன்னா, ‘அவ்வளவு ரப்பாடா, தாழ்ந்த சாதிப்பயலே’ன்னு மரத்தில் கட்டி வச்சு அடிப்பானுங்க.”

“இன்னிக்குமா?”

“இன்னிக்கும்தான்.”

*

புத்தகம் எடுத்துப் போக, என் அறைக்கு முத்தையா வருவார். நானும் பேசிக்கொண்டிருப்பதற்காக அவர் அறைக்குப் போவேன். மாமியே அறையைப் பெருக்கிவிட வருவாள். சாப்பாடு, கூஜாவில் தண்ணீர் வைப்பது போன்ற காரியங்களுக்காக மாமியே மாடிக்கு வந்து போய்க்கொண்டிருந்தாள். பிறகு மாடிப்படி ஏறச் சிரமமாக இருக்கிறது என்று சொல்லி, பாகீயை அனுப்பி வைத்தாள். பாகி சிரித்தால் ரொம்ப அழகாக இருக்கும். பாகீ டேவிட்டோடு சிரித்துப் பேசுவதை நான் பார்த்திருக்கிறேன். நாங்கள் மூன்று பேரும் இருக்கும் நேரங்களில்கூட பாகீ என்னிடம் பேசுவதைத் தவிர்தாள். பாகீயே அழகாகச் சாப்பாடு பரிமாறுவாள். மொட்டை மாடியில், கோயிலில், பூங்காவில் என அவர்கள் நட்பு வளர்ந்துகொண்டிருந்தது. எனக்கு மாலைகளில் திண்ணையும், எப்பவும் பிறையும் இருக்கவே செய்தது. என்ன காரணமோ நான் வானத்தைப் பார்க்கும் போதெல்லாம் பிறையாகவே இருந்தது.

முத்தையா வந்த பிறகு வீடே புதுமுகம் காட்டியது. நாற்காலிகளில் பாகீ போட்ட பூத்தையல், சுவரில் நல்வருகை, அப்புறம் மான் மயில் என்ற பலவித எம்பிராய்டரிகள்! வீட்டுக்குள் முத்தையா சிகரெட் பிடித்தார். தண்ணீரைத் தூக்கிக் குடித்து நான் பார்த்ததில்லை. எனினும் மாமி ஆட்சேபிக்கவில்லை. “ஓர் ஆபீஸர்ட்ட போய் இதெல்லாம் சொல்றதாவது... டம்ளரை வாயில் வைச்சுக் குடிச்சா என்ன குடியா முழுகிடும்?” என்று ஒரு நாள் என்னிடம் நியாயம் கேட்டாள். மாமிகூட எப்போது

பார்த்தாலும் புது உடைகளோடு சின்னப்பெண் மாதிரி, பாகீக்கு ஈடாகச் சிரித்துப் பேசி முத்தையாவை மகிழ்விக்க முயன்றாள். முத்தையா பாகீயைக் காதலிக்கிறார் என்றும் அவளையே திருமணம் செய்துக் கொள்ளப் போகிறார் என்றும் நினைத்திருந்தேன்.

*

அவ்வாறெல்லாம் நேரவில்லை.

ஒருநாள் இரவு, சாப்பிட்டுவிட்டுத் திரும்பும்போது முத்தையா சொன்னார்.

வேறு வீடு பாத்துகிட்டு இருக்கேன். கிடைச்சுடும். கிடைச்சுட்டா அம்மாவையும் அழைச்சுக்கிட்டு வந்துடலாம்னு இருக்கேன்"

"ஐயரோட அருமையான 'கெஸ்டா' இருக்கீங்க..."

"அதான் சங்கடமா இருக்கு. விருந்தாளி மாதிரி நடத்துறாங்க. விருந்தாளின்னு நினைக்கறப்பவே, வீடு ஒட்டாமப் போயிடுது. நாம தனின்னு நெனைக்கத் தோணுது" என்றார்.

முத்தையா அந்த மாசத்துக் கடைசியில் கீழவீதிப் பக்கம் வேறு வீடு பார்த்துக்கொண்டு போனார். நாங்கள் வெட்டாற்றங்கரைப் படியில் முதல் நாள் மாலை தொடங்கி பத்துப் பதினொரு மணி வரை பேசிக்கொண்டிருந்தோம். என் சந்தேகங்கள் எல்லாம் அப்போதுதான் தீர்ந்தன.

"முத்தையா சார். நீங்க பாகீயைக் காதலிக்கலையா?"

"சேச்சே..." அவர் சிரித்துக்கொண்டார். பிறகு சிகரெட்டை எடுத்துப் பற்ற வைத்துக்கொண்டு சொன்னார்.

"நான் அவளைக் காதலிக்கல்லே. அவளும் என்னைக் காதலிக்கிறதா நினைக்கல்ல. நாங்க பேசிக்கிட்டிருந்தோம். அவ ஓர் அழகான பெண்ணா இருக்கிறதால, நான் சந்தோஷமா ஃபீல் பண்ணேன்னு நினைக்கிறேன். பாகீக்கு முதல் முதலா ஓர் ஆணோட நெருங்கிப் பேசற அனுபவம் சந்தோஷத்தைக் கொடுத்திருக்கும். சும்மா பரஸ்பரம் அது ஒரு கொடுக்கல் வாங்கல். அவ்வளவுதான். இதையே ஆதாரமா வச்சு அவளை நான் கட்டிக்கிட்டேன்னா, கொஞ்ச நாளைக்குப் பின்னால நாங்க ஒருத்தருக்கொருத்தர் சலிச்சுப் போயிடுவோம்."

"கோவிச்சுக்காதீங்க. உங்களுக்குத் தாழ்வு மனப்பான்மைன்னு நினைக்கிறேன்."

முத்தையா சிரிப்பு அழகா இருக்கும். இரண்டு வரிசையின் ஒழுங்கான எல்லாப் பற்களும் தெரியும்.

“அப்படி இல்ல! ஒரேயடியா தாண்டிக் குதிச்சு எனக்குக் காம்ப்ளக்ஸ் இல்லேன்னு நிரூபிக்கறதே, ஒரு வகையில் காம்ப்ளக்ஸ் என்று தோனுது. நான் பாகீயை கட்டிக் கிட்டேன்னா, ஊருல களை எடுத்துக்கிட்டு பிழைக்கிற என் ஆத்தாகிட்டேந்தும், கூலியா இருக்கிற என் தம்பிகிட்டேந்தும் நான் வெட்டிக்க வேண்டியிருக்கும். புதுசா வந்த இந்த வாழ்வுக்காக, இதைக் காப்பாத்திக்க என்னை நானே வேறு ஆள்னு மத்தவங்களுக்குக் காட்ட வேண்டியிருக்கும்... அப்படியெல்லாம் என்னால இருக்க முடியாது. என்னையும் பாகீயையும் சேத்து வைக்கிற, உடம்பைத் தவிர வேற ஒன்றும் வேணும். நான் யோசிச்சுப் பார்த்துட்டேன். அப்படி ஒன்றும் இல்ல...”

நான் தடுமாறினேன்.

காதலுக்கு அர்த்தமே இல்லையோ என்று தோன்றியது. முத்தையா கேட்டார்.

“எனக்கு முன்னால நீங்க மாமா வீட்டுக்குக் குடி வந்து இருக்கீங்க... நீங்க என்னை விடப் புத்திசாலி. என்னைவிட நல்லாயிருக்கீங்க. பாகீ ஏன் உங்களைத் தவிர்க்கிறா? நீங்க வெறும் ஸ்டூடன்ட். மாமி, பாகீயை ஏன் என்கிட்ட தள்ளி விடறா? நான் ஒரு கெஜட்டட் ஆபீசர். அதாவது நான் சம்பாதிக்கிறவன். புரியுதா? ஓர் ஆணும் பெண்ணும், அவங்க ஆண், பெண்ணுங்கறதுக்காகவே இணையறதுதான் உறவு. ஒருத்தர் துணை ஒருத்தருக்கு அவசியம்னு புரிஞ்சுக்கிறதுதான் காதல். நம்ம தலைமுறையில் அது சாத்தியமில்லே. உங்க மனசுக்குள்ள உங்க யோக்யதையைப் பார்க்கிற இடத்துல காதலுக்கு இடமே இல்லை.”

அன்றைக்கும்கூட அந்தப் பிறைதான் காட்சி அளித்தது. மறுநாள் முத்தையா புறப்பட்டுப் போனார். பாகீ அழுதாள் என்பது உண்மைதான். நான் மாமி வீட்டில் அடுத்த ஆண்டும் இருந்தேன். ஆண்டுக் கடைசியில் பாகீக்குக் கல்யாணம் நடந்தது. எந்த விதமான குறுகுறுப்பும் இல்லாமல் நான் கல்யாணத்துக்குப் போயிருந்தேன். முத்தையாவும் வந்திருந்தார்.

1990

மோகனா

மோகனாவை மன்னார்குடியில்தான் முதன் முதலாக நான் சந்தித்தேன். இலக்கிய மன்றம், அந்த ஆண்டு மன்னார்குடியில் ஆண்டு விழாவைக் கொண்டாடியது. விழாவில், நான் கவிதை வாசிக்கச் சென்றிருந்தேன். மோகனாவின் கணவர் சிவபாலன் கட்சியின் மாவட்ட அமைப்பாளராக இருந்தார். விழா நடந்த இரவு, சிவபாலன் எங்களுக்கெல்லாம் விருந்து பண்ணி வைத்தார். விருந்துக்காக, அவர் வீட்டுக்குச் சென்ற இடத்தில், அவர் தம் மனைவி மோகனாவை எனக்கும் அறிமுகம் செய்து வைத்தார்.

"வணக்கம், உங்க கவிதைகளை நானும் கேட்டேன். ரெண்டு மூணு கவிதைகள் ரொம்ப நல்லா இருந்தது. உதாரணத்துக்கு, 'தொட்டில்' என்கிற தலைப்பில் எங்கள் வீட்டுக் கட்டில், குட்டி போட்டது தொட்டில்னு நீங்க, வாசிச்சதும், 'நீதி' என்கிற தலைப்பில், 'டாட்டா கம்பெனி தராசுகள் எப்படி எங்களுக்கு ஒழுங்கா அளக்கும்?'னு வாசிச்ச கவிதையும் எனக்கு ரொம்பப் பிடிச்சிருக்கு சார்"

நான், சந்தோஷத்துடன் நன்றி சொன்னேன். அப்புறம் நான் என்னவாக இருக்கிறேன் என்று கேட்டார். தஞ்சாவூரில் புலவர் கல்லூரியில் நான் மாணவனாக இருப்பதைச் சொன்னேன். அடிக்கடி மன்னார்குடிக்குத் தங்கள் விருந்தினராக, நான் வந்து செல்ல வேண்டும் என்று மோகனா கேட்டுக்கொண்டார். வருவதாக நானும் ஒப்புக்கொண்டேன். விழாவுக்கு வந்திருந்த கட்சியின் முக்கியஸ்தரும், எங்கள் சிறப்பு விருந்தினருமான சோழ மன்னனை முன்னிட்டே, அந்த விருந்தை அவர்கள் ஏற்பாடு செய்திருந்தார்கள். சோழ மன்னன், அரசியலும் இலக்கியமும் தெரிந்த அபாரமானப் பேச்சாளராகவும், எங்கள் கட்சியை அணி செய்திருந்தார்.

விருந்தின்போது, மோகனா சோழ மன்னனிடம், "உங்கள் பேச்சு அற்புதம். பாரதியாரை நீங்கள் காட்டும் கோணத்தில் இதுவரை யாரும் பேசிக் கேட்டதில்லை நான்..." என்றார். சோழ மன்னன், "அதுக்கு என்ன காரணம் தெரியுமோ? என் பார்வையில் நீங்கள் ஒரு கோணத்தில் தென்பட்டு விட்டீர்கள்.

உங்கள் முகத்தைப் பார்த்துக்கொண்டே பேசினேனா, பேச்சும் அழகாக அமைந்து விட்டது" என்றார். விருந்தில் இருந்த அத்தனை பேரும் மோகனாவின் கணவர் சிவபாலன் உட்பட சிரித்தார்கள். மோகனா முகத்தில் வெட்கம் தோன்ற, "போங்க சார்" என்றார்.

மன்னார்குடியில் மோகனா சிவபாலன் குடும்பம் மிகவும் புகழ் பெற்ற குடும்பமாக விளங்கியது. துணி ஏற்றுமதி வியாபாரம் அவர்களுக்கு. ராஜகோபாலசாமி கோயில் தெப்பக்குளத்திற்கு எதிர் வீட்டில் அவர்கள் அந்த காலத்தில் இருந்தார்கள். வீடு என்று அதைச் சொல்வது தவறு. அது ஒரு மாளிகை அல்லது அரண்மனை! நாலுகட்டு இல்லம் இரட்டை மாடிகளைக்கொண்டது. முதல் கட்டுத் துணி ஏற்றுமதிக்கான அலுவலகம், இரண்டாம் கட்டு எப்போதும் எங்கள் கட்சிக்காரர்களால் நிறைந்திருக்கும். உள்ளூர் தொழிலாளர்களின் தலைவர்களும், ஊர்ப் பிரமுகர்களும், இரண்டாம் கட்டில் நிரந்தர வாசம் செய்துக்கொண்டிருந்தார்கள். வேளா வேளைக்கு அவர்களுக்கு காபியும், டிபனும், சாப்பாடும், நாலாம் கட்டிலிருந்து கொண்டு வந்து பரிமாறப்படும். மூன்றாம் கட்டில் மோகனாவும், அவர்கள் குடும்பத்தினரும் இருந்தார்கள். எனக்குத் தெரிந்து நான்கு சைவச் சமையல்காரர்களும் அங்கு இருந்தார்கள். மாவட்டச் சுற்றுப் பயணம் மேற்கொள்ளும் இந்தியத் தலைவர்களும் முதல் இரண்டாம் மாடிகளை ஆக்ரமித்திருப்பார்கள். காலைக் காபி முதல்கொண்டு இரவு சுண்டக் காய்ச்சிய பால், பழம் வழங்கும்வரை உபசரிப்பதை நானே கண்டிருக்கிறேன். ரஷ்யப் புரட்சியைப்போலவும், சீனப் புரட்சியைப்போலவும் ஒரு 'கிடு கிடு' புரட்சி, மன்னார்குடி இராஜகோபாலாசாமி கிழக்குத் தெருவிலிருந்து இந்தியாவைக் குலுக்குகிற புரட்சி ஒன்று ஏற்பட இருப்பதாக எங்களுக்குச் சொல்லப்பட்டது.

"குட்டி, ஷோக்கா இல்லை? குதிரை கணக்கா... என்னம்மா இருக்கா தோழா?" இடம்: மாவட்டக் கட்சி அலுவலகம். நேரம் காலை 11 மணி. சுவரில் லெனினும், மார்க்சும், பெரியாரும், சிங்காரவேலரும் தொங்கிக்கொண்டிருந்தார்கள். மேற்படி விமர்சனத்தைச் சொன்னவர் சோழ மன்னன். கேட்டவர்கள் நானும், மாவட்டச் செயலாளர் சுந்தரமும்.

"பிள்ளை குட்டியும் பொறக்கலை, அதனாலதான் சின்னக் குட்டி கணக்கா இருக்கா" என்றார் சுந்தரம். சோழ மன்னன், என் முகத்தைப் பார்த்துச் சிரித்து விட்டுச் சொன்னார்.

"வைத்திக்கு, நாம் பேசறது பிடிக்கலை போலிருக்கு."

"ஆமா, தோழர் மோகனாவைப் பற்றி இப்படிப் பேசுவது எனக்குப் பிடிக்கலை. பெண்களைப் பற்றி..."

"போதும்... போதும்... அதை விடுங்க. எனக்கு ரொம்ப நாளா பாரதியைப் பற்றி ஒரு புத்தகம் எழுதனும்னு ஆசை. நேரம் ஒழியலை. நேரம் கிடைச்சா பொண்டாட்டி பிடுங்கல் பெரிய பிடுங்கலா இருக்கு. அதனால, ஒரு மாசம் மன்னார்குடியில் மோகனா வீட்டில தங்கி புத்தகத்தை எழுதி முடிக்கலாம்னு பார்க்கிறேன்."

"கில்லாடி தோழர் நீங்க" என்று பாராட்டினார் சுந்தரம். மூட்டமாக இருந்தாலும், சோழ மன்னன், பாரதியைப் பற்றிப் புத்தகம் எழுதுவது முக்கியம் என்று எனக்குத் தோன்றியது. பாரதியைப் பற்றி புதிய கண்ணோட்டத்தில் புத்தகம் வருவது, தமிழுக்கு நல்லதுதானே!

இலக்கிய மன்றம் நடத்தும் எல்லா விழாக்களிலும், எனக்கும் பேச அழைப்பு வந்தது. அந்தக் காலக் கட்டத்தில் நானும் முக்கியப் பேச்சாளனாக இருந்தேன். மோகனாவும், இப்போது பேச்சாளராகி இருந்தார்.

மோகனாவின் பேச்சைப் பற்றி நான் சொல்ல வேண்டும்! நீரோடை மாதிரி தெளிந்த பேச்சு, தேர்ந்தெடுத்த வார்த்தைகள், அசட்டுச் சிரிப்புத் துணுக்குகள் இல்லாத ஆழமான பேச்சு, அத்துடன் தரப்பட்ட தலைப்பை மீறாத பேச்சாகவும் அது இருக்கும்! மோகனாவின் இந்தப் பிரவேசம் எனக்கு மகிழ்ச்சியைத் தந்தது. பெண்கள் சரிசமமாகப் பங்கேற்காத எந்த இயக்கம் வெற்றி பெறும்? அதிலும் எங்கள் கட்சியைப் போன்ற ஓர் உலகக் கண்ணோட்டம்கொண்ட கட்சியில் பெண்கள் இல்லாமல் இருப்பதாவது? ஆனால் ஊழியர்கள், இதை வேறு மாதிரியாகப் பார்த்தார்கள். சோழ மன்னன், தன்னைப் பேச அழைக்கிறவர்களிடம், மோகனா கூட்டத்திற்கு வந்தால் நானும் வருகிறேன் என்று சொல்வதாகச் சொன்னார்கள். கூட்டத்திற்கு வரும் ஊர்களில், ஓர் அறையில் அவர்கள் இரண்டு பேரும் தங்குகிறார்கள் என்கிறார்கள். மோகனாவுக்கும் அவர் கணவர் சிவபாலனுக்கும், குடும்பத்தில் பிரச்சினை என்றார்கள். மோகனா, சுத்தமாகச் சிவபாலனை விட்டுப் பிரிந்து சோழமன்னன் பராமரிப்பில், வடசென்னையில் குடியிருப்பதாகச் சொன்னார்கள்.

சோழமன்னனும், மோகனாவும் கலந்துகொண்ட கூட்டங்கள் பலவற்றில், நானும் கலந்துகொண்டு பேசினேன். அவர்கள் இரவுகளில் ஓர் அறையில் தங்கியிருப்பது நிஜம்தான். எனினும் அது பற்றி ஒரு முடிவுக்கு வர, நான் யார் என்றும் எனக்குத் தோன்றியது. ஆனால், இயக்கம் அல்லது கட்சி அனைத்துக்கும் மேலானது என்பதே என் கருத்தாக இருந்தது. இயக்கம், யாராலும் தலைகுனியக்கூடாது. பொது வாழ்க்கைக்கு வருபவர்கள் அளவுக்கு மீறின கட்டுப்பாடு உடையவர்களாக இருக்க வேண்டும் என்பதே என் முடிவாக இருந்தது. கல்லூரியில், இறுதியாண்டு படிக்கிற காலத்தில், சிவபாலனை அவர் வீட்டில் போய் நான் சந்தித்தேன். அவர் நோய்வாய்ப்பட்டிருந்தார். வீடு, ஆள் நடமாட்டம் குறைந்திருந்தது. வியாபாரத்தையும் முடக்கி விட்டிருந்தார். அவர் வற்புறுத்தலில் அவருடன் இரவு தங்கினேன். இரவு உணவுக்குப் பிறகு மாடியில் ஜமக்காளம் விரித்து, நாங்கள் அமர்ந்து பேசிக்கொண்டிருந்தபோது, அவர் சொன்னார்:

"மோகனா, என்னுடன் இல்லாதது பற்றிக்கூட எனக்குப் பெரிய கவலை இல்லை வைத்தி. வடசென்னையில் சோழமன்னன் பாதுகாப்பில் இருப்பதாகச் சொன்னார்கள். இருக்கட்டும். சந்தோஷமாக இருக்கணும். எனக்கு இயக்கம் முக்கியம். நம் தலைவர்களில் எத்தனை பேர் தம் மனைவி, பெண்களை இயக்கத்துக்குக் கொண்டு வருகிறார்கள். எத்தனை பேர் கொள்கைக்கு விரோதம் இல்லாமல் குடும்பம் நடத்துகிறார்கள் கட்சிக் கொள்கைக்கு விரோதம் இல்லாமல் குடும்பம் நடத்தினேன். கட்சியும் குடும்பமும் ஒன்றாகவே எனக்கு இருந்தது. மோகனா விவகாரத்துக்குப் பிறகு, தலைவர்கள் என் வீட்டுக்கு ஏனோ வருவதில்லை. தொண்டர்களும் என்னைப் புறக்கணிக்கிறார்கள். மாவட்டத்தில் கட்சி வேலையே தயக்கப்பட்டு விட்டது, அதுதான் எனக்கு வருத்தம். ஒரு தனி மனுஷி, ஒரு தனி மனுஷர் விவகாரத்தால், இயக்கப் பணிக்குக் குந்தகம் வரலாமா? இதுதான் எனக்கு வருத்தம்" என்றார்.

நான் கல்லூரியை விட்டு வெளிவந்த பிறகு சிவபாலன் காலமானதை எதிர்கட்சிப் பத்திரிகை மூலம் தெரிந்துகொண்டேன். செய்தியோடுகூட அந்தப் பத்திரிகை பழைய விஷயங்களையும் வெளிப்படுத்தியிருந்தது. "சிவபாலன் என்கிற இந்தச் சிறந்த கட்சிக்காரரின் மனைவியும் ஓர் அரசியல்வாதிதான் என்றும் அந்த கட்சியின் முன்னணித் தலைவர் ஒருவரே அந்தப் பெண்மணியை அவர் கணவனிடம் இருந்து பிரித்தார். அதன் காரணமாகவே

மனம் உடைந்து அந்த மனிதர் சிவபாலன் காலமானார் என்று அந்தப் பத்திரிகை செய்தி வெளியிட்டிருந்தது" எனக்கு அவமானமாக இருந்தது. கட்சித் தலைமைக்கும் அம்மாதிரி உணர்வு ஏற்பட்டிருக்க வேண்டும். ஆகவே, மேலிடக் கமிட்டி, சோழ மன்னனை அழைத்து விளக்கம் கேட்டது. சுந்தரம் என்னிடம் அன்று நடந்த விவரத்தைச் சொன்னார்.

கமிட்டியிடம் சோழ மன்னன் அளித்த சாட்சியம்.

"பொது வாழ்க்கையில் இதெல்லாம் சகஜம். இரவும் பகலும் கட்சிப் பணி செய்கிறோம். இப்படி நேரும்தான். என்னைக் குற்றம் சொல்லுகிற கட்சி, இதே தவறைச் செய்கிற இராமநாதன் சுந்திரி மேல் என்ன நடவடிக்கை எடுத்தீர்கள்? தலைவர்கள் எல்லாம் யோக்கியர்களா? க என்கிற தலவர் வ என்கிற பெண்ணோடு தொடர்பு வைத்திருக்கிறாரே? திருமதி கோ. வுக்கு எம். எல். ஏ. சீட் கொடுத்தாரே, தோழர் ம அது பற்றி என்ன நடவடிக்கை எடுத்தீர்கள்? அவர்கள் மேல் நடவடிக்கை எடுத்துவிட்டு, என் மேல் எடுங்களேன்..."

கமிட்டி, இரண்டு நாட்கள் யோசனை செய்துவிட்டு இந்த அறிக்கையை வெளியிட்டது.

"கட்சிக்குள் ஒழுக்க ரீதியான தவறு புரிந்திருக்கிற மோகனாவைக் கட்சியை விட்டு வெளியேற்றுகிறோம்..."

மோகனாவுக்குக் கிடைத்த தீர்ப்பு, என்னை மிகவும் புண்படுத்தி விட்டது. தொடர்ந்து, இந்திரா கொண்டு வந்த அவசரக் காலத்தை என் கட்சி ஆதரித்ததும், நான் கட்சியை விட்டு ராஜினாமா செய்தேன். அடுத்து வந்த மொரார்ஜி இந்தியர்களுக்கு மந்திரோபதேசம் செய்துகொண்டிருந்த காலத்தில் ஒரு நாள், ஓர் இலக்கிய நிகழ்ச்சிக்குச் சென்றிருந்தேன். காலை குளித்து காலேஜ் அவுசில் சாப்பிட்டு விட்டு, மீனாட்சி பதிப்பகம் நோக்கிப் போய்க்கொண்டிருந்தேன். சந்தடி மிகுந்த சாலை. வெற்றிலை போட்டு குதப்பும் முகங்களைப் பார்த்துக்கொண்டே போய்கொண்டிருந்தேன். யாரோ, யாரையோ கை தட்டி அழைக்கும் ஓசை கேட்டது. மதுரையில் என்னை யார் அழைப்பார் என்று போய்க்கொண்டிருந்தேன்.

"வைத்தி... வைத்தி சார்..." என்று குரல் வந்து என்னை இழுத்தது. பெண் குரல். நான் சுற்றும் முற்றும் பார்த்தேன். ஒரு மாடியில் பெண் உருவம் ஒன்று என்னை சைகை செய்து

அழைத்தது. விடியற் காலையிலேயே மதுரையில் கால் வைக்கும்போதே, எட்டு வயசு சிறுவன் ஒருவன், "கிராக்கி வேணுமா சார், சிங்கிளுக்கு எட்டு ரூபாய் சார்" என்றது நினைவுக்கு வந்தது. நகர்ந்துவிட நினைத்தேன். அந்தப் பெண்மணி "வைத்தி, உங்களைத்தான்" என்று குறிப்பாகச் சொன்னாள். அவள் நின்றது ஒரு லாட்ஜின் முதல் மாடி வேறு. நான் தயங்கித்தான் படி ஏறி முதல் மாடி சேர்ந்தேன். நடைப்பாதை முடிவில், ஒரு சின்ன மேசை போட்டுக்கொண்டு ஒருவன் அமர்ந்திருந்தான். கைலியை தொடைக்கு மேல் வழித்து விட்டிருந்தான். அவன் எதிரில் அந்தப் பெண்மணி அமர்ந்துகொண்டு "வாங்க வைத்தி என்னைத் தெரியலை..." என்றாள். ஒரு நாற்காலியை சுட்டிக் காட்டினாள். முதுகில்லாத அந்த நாற்காலியில் அமர்ந்தேன்.

என் நினைவுகளைக் கசக்கிக்கொண்டேன். மோகனாவாக இருக்குமோ?.

"மோகனா... மன்னார்குடி மோகனா... இப்போ ஞாபகம் வரணுமே... இல்லே, நீங்களும் மறந்துட்டீங்களா?"

மோகனாவா! நிறைய சதை போட்டு விகாரமாக இருந்தாள். கன்னம் உப்பி, கண்களுக்குக் கீழே கருவளையம் இட்டிருந்தது. கண்கள், அதீதமாகச் சிவந்து இருந்தன.

"தோழர் மோகனா... எவ்வளவு காலம் ஆச்சு. நல்லா இருக்கீங்களா?"

"இருக்கேன். நல்லான்னு சொல்ல முடியாது. இருக்கேன்."

மேசை மேலே, குடித்து முடிக்கப்பட்ட இரண்டு டீ கிளாஸ்கள் இருந்தன. ஈக்கள் அதைச் சுற்றிக்கொண்டிருந்தன.

"என்ன இங்கே, தோழர்."

"இங்க ஒரு கூட்டம், பேச வந்திருக்கேன். உங்களுக்குத் தெரிந்திருக்குமே, நான் எந்தக் கட்சியில் இருக்கேன்னு! சும்மாக் கூப்பிட்டா தேவடியாத்தனம். கூட்டம்னு கூப்பிட்டா, அது அரசியல். என்னை அரசியலுக்காகவும் பயன்படுத்திக்கிறாங்க... அது போகட்டும் நல்லாயிருக்கீங்களா... என்ன பண்ணறீங்க. கல்யாணம் ஆயிடுச்சா?"

"வேலைக்குப் போக விருப்பம் இல்லை. கல்யாணம் ஆச்சு... ரெண்டு குழந்தைகள்" கைலிக்காரர் எழுந்து அகன்றார்.

"ரெண்டு டீ சொல்லுங்க அண்ணே" என்றாள் மோகனா.

"மோகனா, கட்சித் தீர்ப்பு என்ன ரொம்பவும் புண்படுத்திடுச்சி. என்னுடைய கட்சி விலகலுக்கு அதுவும் ஒரு காரணம்..."

"கேள்விப்பட்டேன் வைத்தி. எனக்கு சந்தோஷமா இருந்துச்சு. கட்சி நடவடிக்கை தப்புன்னு சொல்ல முடியாதுதானே..."

"உங்க மேல மட்டும் நடவடிக்கை எடுக்கிறது என்ன நியாயம்? தவிரவும் தப்புன்னு என்னால முழுசாவும் சொல்ல முடியல்லே. இதெல்லாம் சின்ன சமாசாரங்கள்."

"இல்லை அது தப்புத்தான். அமைப்புகள்தான் போராட முடியும். அமைப்புகள்தான் மக்களைப் பிரதிநிதிப்படுத்த முடியும். அதுவே, துர்பலமா இருக்கக்கூடாது. பெரியார், மரியாதை அதனாலயும்தானே.!"

"அமைப்புகளுக்குப் பொருந்தறது எல்லாம் தனி மனுஷிக்குப் பொருந்துமா?"

"அமைப்புக்குள்ளே, வந்தா அது பொருந்தணும், பொருத்திக்கணும்!"

சில நிமிஷங்கள் கழித்து நான் கேட்டேன்.

"சோழ மன்னனைப் பார்க்கிறீங்களா?"

"இடையில் ஒரு லாட்ஜில் வச்சுப் பார்தேன், பாவம்" மோகனா சிரித்தார்.

"வாழ்க்கை எப்படிப் போகுது தோழர்?" என்றேன்.

"ரயில் பயணம், லாட்ஜ் வாசம்... பொதுக் கூட்டம்... காரசாரமான சாடல்... அப்புறம் பிராந்தி, இட்லி, கோழிக்கறி, கூப்பிட்டவனோட படுத்துக்கிறது. இப்படி... இப்படி...

பையன் கொண்டு வந்த டீயைக் குடித்தோம்.

"சிகரெட் பிடிப்பீங்களே, வாங்களேன் அறைக்கு..."

நான் அவள் அறைக்குள் நுழைந்தேன். படுக்கை மேல் கிடந்த சேலையை சுருட்டி விட்டு, என்னை அமரச் சொன்னார். ஒரு சிகரெட்டை எனக்குக் கொடுத்து, தானும் ஒன்றைப் பற்ற வைத்துக்கொண்டார். சுவர்களில் இனம் தெரியாத கறைகள், கட்டில் மெத்தை மேல் வட்ட வட்டமான கறைகள்.

"தோழர் மோகனா, சிவபாலன், அவரோட சொத்துக்களைப் பாதி கட்சிக்கும், பாதி உங்களுக்கும் எழுதி வச்சிருக்காராமே. அதைப் பயன்படுத்திக்கலாமே..."

சிகரெட்டைக் காலில் போட்டு அணைத்துக்கொண்டு மோகனா சொன்னார்.

"சேச்சே, அது ரொம்ப இழிவு வைத்தி. இப்போ, நான் வாழற வாழ்க்கையே கேவலம்தான். இதைக் காட்டிலும், சிவபாலனோட சொத்துக்களை நான் ஏத்துக்கிறது கேவலம். மகா கேவலம். அவரை வேண்டாம்னு சொன்னவ நான். அவரு பணம் மட்டும் எனக்கு எதுக்கு? அதை ஏத்துக்கிட்டாதான், நான் தேவடியா. பச்சைத் தேவடியா...!"

மதியம்வரை நான் தோழர் மோகனாவுடன் பேசிக்கொண்டிருந்தேன். மதியம் அவருடன் சாப்பிட்டு விடை பெற்றேன். புறப்படும்போது, மோகனா கேட்டார்.

"வைத்தி... என்னை நீங்க வெறுக்கலையே..."

"இல்லை. நிச்சயமா இல்லை"

வாசல்வரை அவர் என்னுடன் வந்தார்.

"ராத்திரி கூட்டம் முடிஞ்சு வாங்களேன். சாப்பிடுவோம், பேசுவோம்."

"சரி."

என் கூட்டம் முடிய இரவு பன்னிரண்டுக்கு மேல் ஆகிவிட்டது. அந்த லாட்ஜுக்கு மோகனாவைப் பார்க்கப் போனேன். அந்தக் கைலி அணிந்தவன், ஒரு பெயர் பெற்ற அரசியல்வாதியின் பெயரைச் சொல்லி, அவருடன் மோகனா அறைக்குள் இருக்கிறார் என்றான்.

நான் திரும்பி விட்டேன்.

1992

ஆதி என்னும் நண்பன்

ஆதி என்று பிறர் அழைக்கும் ஆதிநாதன், அன்றும் பகிர்ந்து கொள்ள விஷயத்தோடு வந்திருந்தான். அவன் முகம் விசனம் அப்பிக்கிடந்தது. அவர்கள் வழக்கமாகத் தேநீர் அருந்தும் கதீஜா ரெஸ்டாரன்ட்டில், எதிர் எதிராக ஆவி பறக்கும் தேநீரோடு அமர்ந்திருந்தார்கள், ஆதி சொன்னான்

தெரியுமா எங்கள் வீட்டுப் பூனையை எங்கிருந்தோ வந்த ஒரு வளர்ந்த பூனை சண்டைப் போட்டு விரட்டி விட்டது. கடி பட்டு அலரிக்கொண்டே ஓடிப்போயிற்று எங்கள் பூனை. எங்கள் காலை சுத்திக் கொண்டு கிடக்கும். அறிவுள்ள பூனை... நாங்கள் என்ன நினைக்கிறோம் என்பதை அது உணர்ந்துவிடும், தெரியுமா? எங்கு அலைகிறதோ. சாப்பிட்டதோ இல்லையோ. போன இடத்தில் பூனையோ, கோபக்கார நாயோ இருந்துவிடக்கூடாது...

விடுதியின் ஜன்னல் வழியாகத் தொலை தூரத்தைப் பார்த்துக்கொண்டிருந்தான் ஆதி. அவன் நினைவுகளில் பூனை இடம் தேடி அலைந்துக்கொண்டிருக்கும். பசிக்காக வருந்தி இருக்கக்கூடும்.

'உடம்பு பரவாயில்லையா' என்று கிருஷ்ணமூர்த்தி கேட்டான்.

'நன்றாய் இருப்பதாகத்தான் தோன்றுகிறது...' என்றவன், சற்று யோசித்துவிட்டு, 'சரி இல்லாத போதுதான் உடம்பு இருப்பதே நினைவுக்கு வருகிறது.' என்றான்.

உணவு விடுதியை ஒட்டிய சந்தில் நெருங்கிய உறவுக்காரர் வீட்டில் தங்கி இருந்தான் ஆதி. மருந்து கம்பெனி விளம்பர வேலை. ஆனால் எப்போதும் கவிதை பற்றிய ததும்பலிலேயே இருந்தான்.

'புதுசா ஏதாவது எழுத முடிந்ததா' என்று கிருஷ்ணமூர்த்தி கேட்டதற்கு 'இல்லை' என்றான் ஆதி.

'சில பிரதேசங்கள் தோனிச்சி. இடிந்த அரண்மனை அதில் கிழிந்த சட்டை போட்ட ராஜா. ரொம்ப நாள் சாப்பிடாமே மெலிந்து குதிரை ஒன்னு கனைக்க கூட சக்தி இல்லாமே படுத்து கிடக்கு. ஆனா, ராஜா சூனியத்தை நோக்கி ஏதோ உத்தரவு போட்டுக்கிட்டு இருந்தார்... அப்புறம்.. சின்ன பையன், பத்து வயசு பையன், வயசான அம்பது அறுபது வயசு ஆட்களுக்கு வகுப்பு எடுத்துக்கிட்டு இருக்கான்... வீடு இப்பலாம் சிரிக்கிறது இல்லை. ஏனோ தெரியலை. அதுகளுக்கும் விசாரம் இருக்காதா என்ன, பாவம்... அம்மாவுக்கு வயசு ஆறது, அம்மாக்களுக்கு முதல் துன்பம் புருஷன், அப்புறம் பிள்ளைகள், அம்மாவை அம்மாவாக்கறது இவங்க எல்லாம் தானே... அம்மாக்களை மனுஷியாக நாம் நினைக்கிறது இல்லை...'

உதிரி உதிரியாக நிறையச் சொல்லிக் கொண்டிருந்தான். இப்படியாக அவன் நினைவுகளில் பதியும் சித்திரங்களைச் சந்திக்கும் போதெல்லாம் சொல்வான். ஒரு மாலை, கடற்கரையில் வைத்து, அவன் சொன்னான்.

'உன் கதை எனக்குப் பிடிச்சிருக்கு. அதுல, ஒரு உலகம், வாழ்க்கை, வாழ்க்கை பற்றிய தரிசனம், யாரையும் வெறுக்காத மனசு, எல்லாம் வந்திருக்கு. உன் கதையில், நீ உன் பாக்கெட் காசைச் செலவு பண்றே. அதுதான் சரி ஆனால் கவிதைன்னு வந்தா, இன்னொருத்தன் இரவல் உணர்ச்சியை எழுதுறே..!'

கடற்கரை மணற்பரப்பைப் பிளந்துகொண்டு நிறைய கடைகள். விதவிதமான உணவுகள். இரண்டு நிமிஷங்களுக்கு ஒரு முறை சுண்டல் முறுக்கு விற்கும் பையன்கள் அல்லது வளரும் குழந்தைகள். எதையும் தின்பதற்குப் பிடிக்காத மனநிலை கொண்டவன் ஆதி. ஒரு பையனிடம் 'உன் பேர் என்ன தம்பி' என்றான். 'வியாபாரம் பண்றதா இருந்தா சொல்றேன். எனக்கு நட்டம் இல்லை'

ஆதி வாங்கச் சொன்னான். இரண்டு சுண்டல் பொட்டலங்களை வாங்கினான் மூர்த்தி.

'இப்ப சொல்லு, உன் பேர்'

'கிஷ்டன் சார்'

'ஊர்'

'விருது நகர்'

'படிக்கிறியா'

கிருஷ்ணன், பதில் பேசாமல் பணம் வாங்கிக் கொண்டு நகர்ந்தான்.

ஆதி, அவன் போவதையே பார்த்துக் கொண்டிருந்தவன், சொன்னான், அவன் பேசமாட்டான். இருட்டி ஒன்பது மணிக்குள் அவன் விற்கிற பொருள் தீர்ந்துவிட வேண்டும். மீந்து விட்டால், அவன் முதலாளி கடுமையாக நடந்துக் கொள்வானாக இருக்கும். அந்தச் சின்ன சம்பாத்யம் குடும்பத்துக்கு போய் சேர்வதாக இருக்கும். அவன், அவன் தாய் தந்தைக்குப் பணம் கொடுத்து அழைத்து வரப்பட்டவனாக இருக்கும். ஒரு பெரிய சக்திவாய்ந்த அயோக்யர்களின் அமைப்பு, இந்தப் பையன்களைக் கண்காணிப்பதாக இருக்கும். யாரோடும் சொந்த வாழ்க்கை பற்றிப் பேசக் கூடாது என்று எச்சரிக்கப்பட்டவனாக அவன் இருக்க வேண்டும். தான் கண்காணிக்கப்படுவதாக அவன் அறிந்திருப்பவனாக இருக்கும். குழந்தைகளைக் கடத்திக்கொண்டு வந்து, கண்களைத் தோண்டி உடல் உறுப்பை வெட்டி, பார்த்த மாத்திரத்தில் இரக்கம் தோன்றும் விதமாக ஆக்கிப் பிச்சை எடுக்க வைத்து அதில் சௌகரியமாகப் பிழைக்கும் கூட்டம், நம் தேசத்தில், வாழ்ந்து கொண்டிருப்பதை நான் படித்திருக்கிறேன்.

அவன் சற்று நேரம் அமைதியாக இருந்தான். தூரமாக இருந்த இந்த கடலைப் பார்த்துக்கொண்டிருந்தான்.

'குரூரமே நம் தேசிய குணம்' என்றவன் தொடர்ந்து, சுண்டலில் பச்சை மிளகாய் அதிகம்' என்றான்.

'அது என்னவோ, எனக்கு மட்டும் தொடர்ந்து நிறைய மிளகாய் சிக்குகிறது.'

கிருஷ்ணமூர்த்தியின் முதல் சிறுகதைத் தொகுதி வெளிவர இருந்தது.

'எப்போ' என்று கேட்டுக்கடிதம் எழுதி இருந்தான் ஆதி. எப்போது என்றைக்கு, என்றெல்லாம் துல்லியமாகச் சொல்ல முடியாது. இருந்தாலும் இரண்டு மூன்று நாட்களுக்கு முன்னால் சொல்வதாகப் பதில் எழுதினான் கிருஷ்ணமூர்த்தி.

ஆதி அப்போது ஆந்திரப் பிரதேசத்தில் சுற்றிக் கொண்டிருந்தான். மருந்து விற்பனைப் பிரதிநிதிகள் சந்திப்பு சமாச்சாரம். 'அது சுவாரஸ்யமற்ற விஷயம், உனக்கு. எனக்கும்தான். ஆனால், ஆற்றங்கரையில் முதலைகள் வெயில் காய்ந்து கொண்டிருக்கும் அழகு அற்புதம். முதலைகள், முதலைகளின் வாழ்க்கையை வாழ்ந்துக்கொண்டிருக்கின்றன. தங்கள் வாழ்க்கை பற்றி அவை என்ன நினைத்துக் கொள்ளும் என்று தெரியவில்லை. நம்மைப் பற்றியும் அவை நினைக்குமா என்று தெரியவில்லை. ஏன் நினைக்க வேண்டும்... நிலம் நோகாமல் வாழ்ந்து, மகிழ்ச்சியை நிரப்பிக்கொண்டு, பிறருக்கும் கொடுத்து வாழ்வது எவ்வளவு பெரிய பேறு. அதுகூட அருளப் படுவது இல்லை..!

கடைசியாக இப்படி முடித்திருந்தான்.

உன் கதைத் தொகுதி நிச்சயம் பேசப்படும். உனக்கு ஒரு துண்டு நிலம் வகுக்கப்படும். அதன்மேல் நீ காலூன்றி நிற்கலாம். உற்சாகம் அடையப் போகிறாய். மனிதர்களுக்குப் புகழ் தேவைதான். பிரபல்யம் தேவை இல்லை. புகழ் என்பது, செய்ததைச் சாரியாகச் செய்திருப்பதாகச் சமூகம் தரும் அங்கீகாரம். அது சரி, இப்போதெல்லாம் உன் கவிதைகளைக் காணோமே. எழுதவில்லையா. இனி எழுதப் போவதில்லையா? எழுதப் போவதில்லை என்று நீ முடிவெடுத்தால், பேருவகை அடையும் முதல் மனிதன் இந்த மண் உலகில் தானாகத்தான் இருப்பேன்'

மறுநாளே, இன்னொரு கடிதம் எழுதி இருந்தான்.

'இமயத்தின் கீழே இருந்து எழுதுகிறேன்..'

இப்போது தோன்றியது.. இருப்பதைச் சித்தரிப்பதா? இல்லை. ஒன்றை வேறொன்று மாதிரி எழுதுவதா? புனைந்து உரைப்பதா? அந்தக் கணத்து உணர்ச்சிக்கு வார்த்தை உருவம் கொடுப்பதா?

மக்கள் பாடுகளா? அவர்கள் கண்ணீரைத் துடைப்பதா? கூட்டத்தில் உன்னைக் கரைத்துக் கொள்வதா? புரட்சிக்குப் பாதை சமைப்பதா? கொடுமைக் குள்ளாவோர் பக்கம் சென்று நிற்பதா? சப்தம் போடுவதா? தெரிந்த வார்த்தைகளைக் கொண்டு தெரியாத

பிராந்தியங்களில் பிரவேசிப்பதா? உன் மொழியா அதன் மொழி? வேறு என்றால் அது எது? அதை எங்கே சென்று கற்பாய்? எழுதப்பட்ட காலம் தாண்டி மனித குலத்தோடு பல நூறு ஆண்டுகள் பயணம் செய்கிறதே அது எப்படி? இரண்டாயிரம் வருஷத்துக்கும் மேலாகவே புழங்கும் மொழியில், எத்தனை நூறு வரிகள் தேர்வுக் குள்ளாகும்? அவைகளைத் தொடுக்க முயற்சி செய்திருக்கிறாயா? அதன் இல்லாத சுவடை அடையாளம் காண முடியுமா? தேடேன்.'

கடிதம் இங்கு முடிந்திருந்தது. பெரிதாக 'ஆ' என்று மட்டும் கையெழுத்து போட்டிருந்தான்.

பதிப்பாளரிடம் இருந்து தொலைபேசி வந்தது, கிருஷ்ணமூர்த்திக்கு. வரும் திங்கள்கிழமை காலை பத்து மணி போல பதிப்பகத்துக்கு வந்து புத்தகத்தை பெற்று கொள்ளலாம். புத்தகம் நன்றாக வந்திருக்கிறது. என் பதிப்பகத்துக்கு இது முக்கியமான புத்தகம் என்றார். அன்று வெள்ளிக்கிழமை. கிருஷ்ணமூர்த்திக்கு மகிழ்ச்சியான மனநிலை வாய்த்தால், சட்டையைப் போட்டுக்கொண்டு கால் போன போக்கில் நடக்க வேண்டும். நடந்தான். ஆதிக்கு தகவல் தெரிவிக்க வேண்டும். எந்த ஊரில் சுற்றுகிறான். ஒரு தொலைபேசி கடைக்குள் நுழைந்து, அவன் வீட்டுக்கும் பேசினான். ஆதியின் அப்பா, 'மூர்த்தி.. திட்டப்படி, இன்று இரவு அவன் திரும்ப வேண்டும். பயணத்திட்டம் மாறவில்லை என்றால் வந்ததும் சொல்லி உன்னைத் தொடர்பு கொள்ளச் சொல்கிறேன்.' என்றார்.

உறக்கம் வர மறுத்தது. மனம் உற்சாகமாக இருந்தது. புத்தகம் ஒன்றை எடுத்து வாசிக்கத் தொடங்கினான். எப்போது வாசிக்கத் தொடங்கினாலும் உள்ளே ஒருத்தி அவனை இழுத்துக் கொள்வாள். நூறு முறை பிரித்து பிரித்துப் படிக்கப்பட்ட காதல் கடிதம் போல, அவனை நையச் செய்து விடுவாள் அந்தப் புத்துயிர்ப்பு கதாநாயகி. அடிக்கடி வெளியே வந்தும் உள்ளே பொய்க்கொண்டும் இருந்தான். டெலிபோன் ஓசை அவனை எழுப்பும் போது, மணி இரண்டு நாற்பதாகி இருந்தது. எதிர்முனையில் ஆதி எடுத்த எடுப்பில் 'புத்தகம் எப்போ வருகிறது' என்று கேட்டான்.

'திங்கள் காலை பத்து மணிக்கு. நான் ஒன்பது மணிக்குள் சென்னை வந்துவிடுவேன். புத்தகத்தை வாங்கிக் கொண்டு நான் எங்கு வருவது. முதல் பிரதியை உனக்குத்தான் தரப்போகிறேன்.'

‘பைலட் தியேட்டர் பக்கத்தில் இருக்கும் அந்தப் பதிப்பகத்துக்கு வந்து விடுவேன். அங்கேயே காத்திருப்பேன். பதினோரு மணிக்கு நான் அங்கே இருப்பேன். பதற்றப் படாதே. புத்தகத்தை வாங்கிக் கொண்டு அமைதியாக அங்கு வந்து சேர்’

‘எப்போ ஊர் திரும்பினாய்’

‘சுமார் இரண்டரைக்கு. உடன் உன்னிடம் பேசுகிறேன்’.

‘ சரி. ஓய்வு எடு.’

வந்ததும் அப்பா சொல்லி இருப்பார். உடன் பேசி இருக்கிறான். தெரு, கொத்துக்கொத்து வெளிச்சத்தோடு படுத்துக்கிடந்தது. தெரு அமைதியாக அரவம் இன்றி இருப்பது பாவமாக இருக்கிறது. எங்கோ தூரத்தில் நாய் ஒன்று குரைத்து அடங்கியது. தெரு, புரண்டது போல இருந்தது. மிச்சமிருக்கும் இரவு, அவன் உறங்காமலேயே நடந்தது.

சென்னைக்கு வந்து சேர்ந்த போது மணி எட்டு கூட ஆகி இருக்கவில்லை. சௌந்தர பாண்டியன் கடைத்தெரு, இன்னும் துவங்கி இருக்கவில்லை. சீதா கஃபேயில் கூட்டம் குறைவாக இருந்தது. தமிழர் உணவுப் பட்டியல் மிகவும் சுருங்கி இருப்பதை அன்று மீண்டும் உணரமுடிந்தது. இட்லி, பொங்கல், வடை, பூரி, தோசை, ஆகியவைகளை இன்னும் தாண்டி இருக்கவில்லை உணவுப்பட்டியல். உணவில் கூட பரிட்சார்த்தம் இல்லாதவர்களாக இருக்கிறார்கள். எதையோ தின்று காபி முடித்து, பக்கத்துப் பெட்டிக்கடையில் ஒரு சிகரட்டை வாங்கிப் பற்றவைத்துக் கொண்டான் மூர்த்தி.

வெய்யில் அதிகம் பரவாத, லேசான மேக மூட்டத்தோடு இருந்தது சென்னை வானம். யாரோ ஒரு பெரியவர் பிஸ்கட் வாங்கி நாய்க்கு பிட்டுப் போட்டுக் கொண்டிருந்தார். மூர்த்தி பதிப்பகத்திலிருந்த தொலைபேசி மூலம், பதிப்பாளரைத் தொடர்புகொண்டான். வேலைகளை முடித்துக்கொண்டு, பதினொரு மணிக்கு வருவதாக அவர் சொன்னார். காத்திருக்கவும் என்றார்.

காத்திருக்கத்தான் வேண்டும். நல்லவேளையாக, ஆதி பதினொரு மணிக்கு மேல் தான் வருவதாகச் சொல்லி இருந்தான். அவன் காத்திருக்க வேண்டிய அவசியம் எழாது. கடைத்தெருவைச் சுற்றிக்கொண்டிருந்தான் மூர்த்தி. சாத்தப்பட்டிருக்கும் கடைகளின் முகம் விசித்திரமாக இருந்தது.

எப்போதும் திறந்திருக்கும் கடையைப் பார்த்து, மூடி இருப்பதைப் பார்த்தால் வித்தியாசமாக தெரிகிறது. தினம் பார்க்கும் காக்கி உடை பூண்ட தபால்காரர் வேட்டி வெள்ளைச் சட்டையில் தோற்றம் அளிப்பது மாதிரி. கடைத்தெருவில் இன்னும் சில மரங்களை விட்டு வைத்திருந்தார்கள். ஆச்சர்யம் தான். தன்னைச் சுற்றி இருக்கும் எல்லாவற்றையும் கொன்றுவிட்டுக் கடைசியாகத் தன்னையும் கொன்று கொள்வார்கள் என்பான் ஆதி. மணி பத்தரைதான் ஆகி இருந்தது. காலம் அப்படித்தான்.

காதலிக்காக காத்திருக்கும்போது காலம் ஊர்கிறது. அவளுடன் பேசிக்கொண்டிருந்தால் காலம் ஓடுகிறது. டைரக்டர் மணிகௌல் அழகாகச் சொல்லி இருப்பார், ஒரு சினிமாவில்.

மீண்டும் கடைக்குத் திரும்பி காத்திருந்தான். பதிப்பாளர், வருகை புரிந்தார். இவனைப் பார்த்துத் தலையை அசைத்தார்.

'பிரஸ்லேந்து வரனும். கொண்டுவரச் சொல்லி இருக்கேன். வெயிட் பண்ணுங்க'

திடீரென்று நினைத்துக்கொண்டு 'காபி வாங்கி வரச் சொல்லட்டுமா' என்றார்.

சாப்பிட்டுவிட்டதாகச் சொன்னான் மூர்த்தி. பதிப்பாளர், புரூஃப் பார்க்கும் பணியில் அமர்ந்தார். புதிய புத்தம்கங்களில் இருந்து வரும் சுகமான வாசனையை அனுபவித்துக்கொண்டு அமர்ந்திருந்தான். பிறகு எழுந்து, புத்தகத்தை கவனிக்கத் தொடங்கினான். அந்த நேரம் பார்த்து ஒரு மத்திய வயது மனிதன் வந்து பதிப்பாளரை வணங்கி நின்றார். பதிப்பாளர் அவரை உட்காரச் சொன்னார்.

'என்ன?'

'சும்மா..' என்ற வந்தவர், மூர்த்தியைக் கவனித்துக் கொண்டே, 'கொஞ்சம் முடை. பார்த்துட்டுப் போலாம்னு..' என்றார்.

'போனமுறை எப்போ வந்திங்க'

'ஒரு... மூனு மாசம் இருக்கும்..'

'ம்..'

இரண்டு பக்கம் படித்து முடித்துவிட்டுத் தலை நிமிர்ந்தார் பதிப்பாளர்.

'நல்ல புஸ்தகம் தான் உங்களுடையது. ஆனாலும் விக்கனுமே.. எவன் வாங்கறான்.. தோ பாருங்க..' என்றபடி அவருக்கும் பக்கத்தில் இருந்த, அச்சகத்திலே இருந்து கொண்டுவரப்பட்டு

அடுக்கி வைத்திருக்கும் புதிய புத்தகங்களை காட்டினார்.

'இதெல்லாம் ஜெம் பத்தின புத்தகம். எந்த ராசிக்கு எந்த கல்லுன்னு விவரிக்குர புத்தகம். மார்க்கட்டுல ஃபாஸ்ட் மூவிங், இதுதான். அப்புறம் சைவ, அசைவ சமையல். இப்போ வாஸ்துன்னு ஒரு சாஸ்த்திரம். எல்லாரும் கேக்கறான். அப்புறம், இருக்கவே இருக்கு, இல்லற இனிமை சீரிஸ். எப்போதும் வித்துகிட்டே இருக்கும். இது போதுமான்னா போதாது.' இப்போது மூர்த்தியை தலையால் சுட்டினார் பதிப்பாளர். 'அதுக்காகத்தான் சாரோட புத்தகம் போடறேன். எழுத்தாளர் அச்சு, எழுத்தாளர் ராமு எல்லாரையும் இலக்கியத்துக்குக் கொண்டு வந்தவனே நான்தான். நாமும் இலக்கியத்துக்கு ஏதேனும் பண்ணனும் இல்லையா.'

வந்தவர் மிகுந்த ஆச்சரிய முகபாவத்துடன் பதிப்பாளர் சொல்வதை ஆமோதித்தவாறு பேசிக்கொண்டிருந்தார்.

'பெரியோர் வாழ்வில் நூறு நிகழ்ச்சிகள்னு நீங்க எழுதுறது நல்ல ஓர்க் தான். எத்தனை இலக்கிய தரமான புத்தகம். ஆனா எந்த கம்மனாட்டியும் அதுகளை வாங்கறது இல்லையே. என்ன சார் பன்றது. வித்தாதானே உங்களுக்கும் நான் ராயல்டி தர முடியும். நான் புத்தகம் மட்டும் போட்றது இல்லை. பெரிய கம்பெனிகளோட மருந்துகள் தருவிச்சி விக்கிறேன். அதுல தான் நான் சாப்பிட்றேன்.'

அவர் திரும்பி உள்பக்கம் பார்த்தார். மூர்த்தியும் பார்த்தான். ஒரு பெரிய ரேக்கில் மருந்து பாட்டில்கள் அடுக்கப்பட்டிருந்தன.

மூர்த்திக்கு ஒரு தத்துவ வாக்கியம் நினைவுக்கு வந்தது.

'இன்று இவர் நாளை நீ' இதை அவன் ஊரின் சுடுகாட்டுச் சுவரில் எழுதிவைத்திருப்பார்கள்.

கடக்க முடியாத மௌனம் நிலவியது. பெரியோர் வாழ்வில் நூறு நிகழ்ச்சிகள் எழுதியவர், எந்த இடத்தில் தன் பார்வையை வைப்பது என்றறியாமல் அமர்ந்திருந்தார்.

'அப்புறம்' என்றார் பதிப்பாளர்.

'அடுத்த வாரம் வர்றேன்'

'உங்க சௌகர்யம்'

மூர்த்தி தெருவுக்கு வந்து ஒரு சிகரட்டைப் பற்றவைத்தான். நடைபாதையை ஒட்டிய குப்பைத் தொட்டிக்கு அருகில் படுத்திருந்த ஒரு நாய் அவனை நிமிர்ந்து பார்த்தது. என்ன நினைத்ததோ. மீண்டும் படுத்துக்கொண்டது.

இதோ இதோ என்று மணி ஒன்றைத் தாண்டியது.

'சாப்பிட்டு வந்திருங்களேன். இன்னும் அட்டை காயலயாம். இரண்டு மணிக்குள் அனுப்பி வச்சிருக்கிறதாக பிரஸ்காரர் சொல்றார்.

வெளியே வந்து பூத்தில் இருந்து, ஆதி காத்திருப்பதாகச் சொன்ன பதிப்பகத்துக்குப் போன் செய்தான் மூர்த்தி.

'புத்தகம் வந்துடுச்சா'

'இன்னும் ஒரு மணி நேரம் ஆகுமாம். நீ எப்போ வந்தே'

'பதினொரு மணிக்கே வந்துட்டேன். அதனால் என்ன. பொறுமையா இருந்து புத்தகத்தை வாங்கிட்டு வந்துடு. நான் காத்திருக்கிறேன்.'

'வேணும்னா, நீ வீட்டுக்கு போய் இரு. நான் வீட்டுக்கு வர்றேன்.

'கடையிலேயே இருக்கேன். வா..'

சாப்பிடத்தோன்றவில்லை. டீயைக் குடித்து சிகரட் பிடித்து மீண்டும் கடைக்கு வந்து காத்திருந்தான். புத்தகம் வந்து சேர்ந்த போது மணி நாலை நெருங்கி இருந்தது.

புத்தகத்தைக் கையில் வாங்கிய போது, நெஞ்சை அடைத்துக் கொண்டு வந்தது. சிரமப்பட்டு அடக்கிக் கொண்டான். உடனே ஆதியைப் பார்க்க வேண்டும். ஆட்டோ பிடித்து வந்து சேர்ந்து, மாடிக் கதவைத் திறந்து கொண்டு உள் நுழைந்த போது, வாசலுக்கு எதிரேயே ஆதி அமர்ந்திருந்தான்.

பையிலிருந்து ஒரு புத்தகத்தை எடுத்து ஆதியிடம் கொடுத்தான், மூர்த்தி. 'அற்புதமா இருக்கு, புத்தகம். ஒரு எழுத்தாளனுக்கு முதல் புத்தகம், பெரிய விஷயம்' என்றபடிப் புத்தகத்தைப் பிரித்து அங்கும் இங்கும் பார்த்தான்.

ஆதியின் முகம் சோர்ந்து இருந்தது. கடை உரிமையாளர் ராமனாதன் வந்தார். "மூர்த்தி.. பதினொரு மணிக்கு வந்த ஆதி, ஆணி அடிச்ச மாதிரி உக்காந்த இடத்திலேயே அசையாம இருக்கான். சாப்பிடக்கூடப் போகலை அவனை முதல்ல சாப்பிடச் சொல்லு"

‘சாப்பிட்டு வந்திருக்கலாமே ஆதி’

‘இருக்கட்டும். ரொம்ப கிளர்ச்சியோட வருவே. அந்த நேரம் நான் இல்லைன்னா உன் மனம் வாடிடுமே’

ராமனாதன், புத்தகத்தை வாங்கிப் பார்த்தார்.

‘பரவாயில்லை, நல்லாவே போட்டுருக்கான். மனைவியை மகிழ்விக்க முப்பது வழிகள்னு புத்தகம் போடறவன், ரொம்ப நாளைக்கப்புறம் ஒரு நல்ல புத்தகம் போட்டுருக்கான்.. போங்கப்பா. மூர்த்தி இவனைச் சாப்பிட அழைச்சுட்டுப் போ..!’

தெருவுக்கு வந்தபோது, ஆதி சொன்னான்.

‘தெரியுமா. அந்தப் பூனை, அதாம்பா அந்த ஓடிப்போன பூனை திரும்ப வந்திருச்சு. அப்பா, பாலும் சோறுமா அதைப் போஷிக்கிறார். வந்து வந்து என்னை உரசிக்கிட்டு இருக்கு..’

சாப்பாடு தீர்ந்து போயிருந்தது. தோசை சாப்பிட்டார்கள்.

வெளியே வந்து பெட்டிக் கடையில் சிகரட் வாங்கிப் பற்றவைத்துக் கொண்டார்கள்.

ஆதி, ஜோல்னா பையிலிருந்து ஒரு அட்டைப் பெட்டியை எடுத்து, மூர்த்தியிடம் கொடுத்தான்.

‘என்ன?’

அது ஒரு சிகரட் பைப்.

‘தந்தடத்தால் பண்ணினது. சிகரட்டைச் சொருகிப் பிடி. கொஞ்சமானும் விஷத்தன்மை குறையுமே. நீ நல்லா இருக்கனும். நூறு புத்தகமாவது எழுதனும், நீ.’

மகிழ்ச்சி மீதூறச் சிரித்தான் ஆதி.

உக்ரம்

என்ன இன்னைக்கு இத்தனை குதூகலம் வழியறது? முதன் முதல்ல கதன குதூகலத்தை எடுத்தாறது? இன்னும் விடியல்லையே. இருக்கேன் நானும். அது பாட்டுக்கு எழுந்து கண்ணைக் கட்டின இருட்டில். சாணத்தை மிதிச்சதோ, சரளைக் கல்லை மிதிச்சதோ, அசூயைப் பட்டுக்கிட்டே, காவிரிக்குப் போயி ஒரு முழுக்கு போட்டுக்கிட்டு வந்தாதான் அதுக்குப் பொழுது விடிஞ்சாப்போல. வந்ததும் வராததுமா, வாத்தியத்தைக் கையில் எடுத்துக்கிட்டு மேலேயும் நாலு இழுப்பு இழுத்துட்டு, நாலு கீர்த்தனை வாசிச்சாதான் அதுக்கு உசுரு உடம்பிலே தக்கும். வயிசு ஆயிட்டுதானே இருக்கு? வயித்துல புண்ணு வேறே, ஒரு வாயி காபியைக் குடிச்சுட்டு அப்புறம் அந்த வயலினை எடுத்தா என்னவாம்? ஆனமட்டும் சொல்லியாச்சு. என்ன குழந்தையா, கையில் குச்சியை வச்சுட்டு மிரட்டி குடிக்க வைக்க? ஆச்சு, அதுக்கும் எழுபது! எழுபதா, அறுபத் தொம்பதா? எழவு. வர வர ஞாபகத்துல ஒரு புண்ணாக்கும் நிக்கமாட்டேங்குது. ஆம்படையான் வயசுகூட மறந்து போச்சா. நல்லா இருக்கு. ஊருல கேட்டா, வழிச்சிக் கிட்டு சிரிப்பா . எனக்கும் அதுக்கும் என்ன, மூணு வயசுதானே வித்தியாசம். கல்யாணம் ஆறச்சே எனக்கு ஒன்பது அதுக்கு பனிரெண்டு. அப்போ எனக்கு அறுபத்தேழாயிட்டதா , என்ன? அதுக்குப் போயி காலண்டர், ஜாதகம் பார்க்கணுமா என்ன? அதான் காலகண்டன், நோட்டீஸ் அனுப்பி வைக்கிறானே. காலம் தப்பாமே. முதல்ல கண்ணை மங்க அடிச்சாச்சு. காதுல, எவனோ பஞ்சை வச்சு

அடைச்சிட்டே இருக்கான். நடக்க முடியல்லே. தள்ளாடறது. மயிர், கத்தாழை நாராயிட்டது. சர்த்தான் ஓலை வந்தாச்சு.... கனகம், மேலே மாடியில் சாமினாது வாசித்துக் கொண்டி ருக்கும் கதன குதூகலத்தை ஒரு காதால் வாங்கிக் கொண்டுதான் தன் காலை வேலைகளில் பிரவேகித்துக் கொண்டிருந்தாள்.

'என்ன சொல்லிண்டிருந்தேன். அது, இத்தனை காலை வேளையில், கொலைப் பட்டினி இருந்துட்டு, வாத்தியத்தைக் கையில் எடுத்துக்கணுமான்னு கேட்டேன், இல்லையா?'

யாரோ எதிரில் இருந்துகொண்டு இருப்பது மாதிரியும், அவர்களோடு தான் பேசுவது மாதிரியும், பேசுவது கனகத் துக்கு அண்மைக் காலத்துப் பழக்கமாகி இருந்தது. இப்படிப் பேசி, தன் தனிமையை விலக்கிக் கொள்வாளாக இருக்கும்.

'அது என்னமோம்மா, வயித்துல அல்சரை வச்சுக்கிட்டு இருக்கிற மனுசன் ஒரு வாய் காபியைக் குடிச்சா. அந்த தியாகராஜ சாமிதான் கோவிச்சுக்கிடுமா, இல்ல அந்த முத்துத் தாண்டவர்தான் கோவிச்சுக்குவாரா. இது, இப்பிடி அடம் பிடிச்சு, ஓட்டாரம் பண்ணினா நான் என்னத்தைப் பண்ணட்டும்?' சொன்னாக்கே, 'ஆமாம்டி நல்லா ஸ்ட்ராங்கா கொழகொழன்னு 'திக்கா' காபியைத் தொண்டையில ஊத்திக்கிட்டு, ஒரு கவளி வெத்திலையை அரைத்துத் துப்பிட்டு, நல்ல காரமா போயிலையை வாயில் அடக்கி வச்சுக்கிட்டு, வாத்தியத்தைக் கையில் எடுத்தா, ராகதேவதை பிரசன்னம் ஆகும் பாரு' அப்படீங்கும். கனகம், சுவரில் தொங்கிய கூடையை எடுத்துவைத்துக் கொண்டு, கூடையைக் கவிழ்த்தாள். ரெண்டு கத்திரி, வாழைக்காய்கள் கொட்டின. கத்திரி போட்டு அரக்காக் குழம்பு பண்ணி, வாழைக்காய் பொடிமாஸ் பண்ணா இந்த மனுசனுக்கு உயிர். 'ஒரு வம்சத்தை முடிச்சுப் போட்டு.

'யோச்சனாவை' எடுத்தாச்சு ஏறிப்பிட்டது தர்பாரிலே. இனி, இறங்கினாப் போலத்தான் அது என்னமோடிம்மா, இந்த ராகத்துக்கு மட்டும், இந்த பட்டாபிஷேகம். வேற ஒண்ணும் இல்ல. ஒரு அதிகார தொனி. எடுடா அதை, கொண்டா இப்படிங்கற தொனி. திண்ணையில உட்கார்ந்துட்டு, ஆச்சாடா, இன்னும் எத்தனை நாழின்னு கேழ்க்கிற அதட்டல். அதனால், அதைக்கொண்டு இதுக்கு தர்பார்னு வச்சுட்டான் போல. இதோடு, இத்தனை வருசம் குடித்தனம் பண்ணி, அது வாசிக்கறதைக் கேட்டுக் கேட்டு, ராக லட்சணம் மட்டுமா தெரியறது? ராகத்தோட கண்ணும்

காதுமில்ல தெரியுது. முகம் தெரியறது, முகத்தில் ஒளிஞ்சி இருக்கிற சிரிப்பு தெரியறது. கல்மிஷம் தெரியறது. கேட்கணும், யார் கேட்கறா? கத்துக்கிடறா. வாசிக்கப் பழகிக்கிடறா, ராகத்தை முகம் பார்க்க யாருக்குத் தெரியறது. நாலு கீர்த்தனம், ரெண்டு வர்ணம், ஏழெட்டு ராகம் தெரிஞ்சா போதுமே, வாத்தியத்தைத் தூக்கித் தோளில் போட்டுக் கிட்டு, பணம் பண்ணக் கிளம்பியாறது. வெட்கம் கெட்ட பிழைப்பாப் போச்சு.

அடடே, என்ன இது புதுசா இன்னிக்கு, கற்பனை கொட்டறது. உடம்பில, மனசுல யௌவனம் வந்தாப்பில? தந்தியை அழவைக்கிறது. சிரிக்க வைக்கிறது. மைசூர் அய்யங்கார், பட்டணம் சதஸ்! அத்தனை வித்வானையும் வச்சுக்கிட்டு, ‘சாமினாது வயலினிலே வீணையையும், புல்லாங்குழலையும் எங்கேயோ ஒளிச்சு வச்சுக்கிட்டு, மேடை ஏறுறான். படு போக்கிரி. படு போக்கிரி’ன்னு சொன்னார், அந்த மேதை. கனகத்துக்குச் சிரிப்பாக வந்தது. வாய்விட்டுச் சிரித்தாள். “என்ன, தனியே கிடந்து சிரிக்குது, பெரியம்மா!” என்று ஒரு குரல். கையைக் கண்களுக்குக் குடை மாதிரி வைத்துக் கொண்டு, “அதாரு?” என்றாள் கனகம்.

“நான்தான் பெரியம்மா, சாலியமங்கலம் வேதவல்லி. பையனைச் சொல்லிக்க அழைச்சு வந்திருக்கேன் .... இன்னிக்கு வரச்சொல்லி இருந்தீங்களே.” “வேதமா... வாங்கோ. உட்காருங்கோ... உங்களை இன்னிக்கு வரச்சொல்லி இருந்தேனா? ஆமாமாம். ஞாபகத்துக்கு வந்துருச்சு... இருங்கோ .. பாயை போடட்டுமா... தரையிலயே உட்கார்ந்தாச்சா... முடியல்லேம்மா... சரீரம் ரெட்டை நாடி. வேண்டாத காலத்துல வேண்டாத சதை. என்ன பண்ணித் தொலையறது? இத்தினிக்கும் ஒரு நாளைக்கு ஒரு வேளைதான் சோறு. ராவானா இரண்டு பழம். அவ்வளவுதான். அதுக்குப் போயி, இப்படி சதை கரையான் புத்து மாதிரி வளர்றது. வளர்றது தெரியாமே வளர்றது. திடீர்னு ஒரு நா பார்த்தா ரவிக்கைக்குள்ளாறே கையே நுழையலை.

அப்படி ரவிக்கை சிறுத்துப்போச்சு. மானம் போறது. இந்த வயசுல இந்த சதை... அப்போ எங்க போச்சுன்னே தெரியலை. அதான் அம்பது வருசத்துக்கு முன்னாலே! அப்போ நீங்க என்னைப் பார்த்திருக்கணும். பீப்பாகையா, பெரண்டையான்னு சொல்ல முடியாத விதத்துல கொடி மாதிரி

இருந்தேன், ஒட்டடைக்கோல் தெரியுமோ, ஒட்டடடைக் கோல். அதுக்குத் துணி சுத்தி, ஒரு எலி வால் ஜடையை ஒட்ட வச்சா, கனகம்னா இதுன்னு சொல்லுவாங்க, ஊர்ல. அப்ப இதுல கொஞ்சம் போட்டிருக்கப்படாதோ, அந்த ஆம்பிளைக் காவது பிதேயாஜனப்பட்டிருக்கும்.”

வேதம் எனப்பட்டவள் முகம், பிள்ளையார் சதுர்த்திக் குன்றிமணி மாதிரி சிவந்தது. அவள் அழைத்து வந்திருந்த பையன், விஷயம் விளங்கினாலும், மாணவனுக்கு உரிய அடக்கத்தால் சிரிக்கலாமா, வேண்டாமா என்று யோசித்துக் கொண்டிருந்தான். “என்ன சொல்லிக்கிட்டிருந்தேன்? ஆமாம்மா... அந்தக் காலத்துல நான் அப்படித்தான் இருந்தேன். பல்லுக்குச்சி மாதிரி, என்னத்துக்கு இந்தப் பிள்ளையாண்டான். இவ்ளோ லட்சணமா இருந்துட்டு, பெரிய வித்வத்துப் பரம்பரைல பிறந்துட்டு, இந்த பலப்பக் குச்சியை கட்டிக்கிடறான்னு சொல்றாளேன்னு, ஊரே இதுமேல தாபந்துபட்டுப் போச்சு. அதான், மேல வாசிச்சுக்கிட்டு இருக்கே, அது மேலதான். எனக்கென்ன தெரியும். ஒன்பது வயசுக் குழந்தை நானு. ரொம்ப நாள் கழிச்சு, ஆம்படையானோட பேசற தைரியம் வந்ததும் நான் கேட்டேன், ‘என்னைப் போயி என்னத்துக்குக் கட்டிக்கிட்டீங்க? நான் எதுல சேர்த்தி? அழகு இருக்கா, அறிவு இருக்கா, அட! உடம்புதான் இருக்கா...?” அப்படீன்னு கேட்டேன். அது என்னைப் பார்த்துக் கேட்டுச்சு. ‘அட அசடே, உன்னைப் பெண் பார்க்க வந்தபோது, வயலினை வச்சிக்கிட்டு நீ வாசிச்சது எனக்குப் பிடிச்சிருந்தது. எனக்கும் பெரிசா, மனசுக்குள்ளே ஆம்பிளையும் இருக்கல்லை. பொம்பளையும் இருக்கல்லை. அன்னைக்கு நீ மோகனம் வாசிச்சேன்னு நினைக்கிறேன். மோகனம். அதுலயும் நன்னு பாலி. அதுல, ஒரு இடம் இருக்கு. பாறையில முட்டிக்கிட்டு, திரும்பி நடக்கிற ஆற்று ஜலம் மாதிரி நீ முட்டிக்காமே, வளைஞ்சுடறே. உன் நன்னு பாலிம்ப ரொம்ப உசத்தின்னு சொல்ல முடியாது. ஆனா, மோகனம் ரொம்ப நல்லா இருந்துச்சு அதுவே அழகான குழந்தை மாதிரி, அதுக்கு எவரும் சட்டை, கால்சட்டை மாட்டவேணுமா. நகை நட்டு போட வேணுமா. சுபாவத்துல அழகா இருக்கிறது. உன் வாத்தியத்திலும் நல்லாவே இருந்துச்சு. அத்தோட, நீ வாசிச்சது மோகனம் இல்லையே? நீயே மோகன மாட்டி இருந்துட்டே போல உன்னயே கெட்டிக்கறேன்னு சொல்லிட்டேன்’னு சொல்லுச்சு...” வேதம், பெரியம்மா பேசிக்கொண்டிருந்ததை, வாய்

திறந்தபடி கேட்டுக் கொண்டிருந்தாள். "பையன் வந்திருக்கானா?" "வந்திருக்கான். பெரியம்மா... தோ இருக்கானே." "இருட்டு உள். கண் மங்கலாச்சோ இல்லையோ... பையனுக்கு என்ன பேரு?"

"கோவிந்தசாமி, கோவிந்தன்னு கூப்பிடுவோம்." "மலைக் கோட்டையார் பேரு. ரொம்ப நல்ல பேரு. ஆகிவந்த பேரு. மலைக்கோட்டையாரு எங்க உறவுக்காரரு தெரியுமோ? அதனால எங்க வீட்டுல, பொம்பளைக அவர் பேரைச் சொல்ல மாட்டோம். தம்பி கோவிந்து... நல்ல இடமாத்தான் வந்து சேர்ந்திருக்கே. நாத ரிஷி இது. அதான் தர்பாரில் உக்காந்துகிட்டு, இறங்கமாட்டேன்னு அடம் பிடிச்சுக்கிட்டு இருக்கே. மாடியிலே உக்காந்துகிட்டு, அதுதான். சிக்குன்னு புடிச்சிக்கோ அதுவும், சிஷ்யாளை அதிகமா வச்சுக்கிறது இல்லை. ஒரு பையன் இருந்தான். ராஜகோபாலன்னு ரொம்ப சமர்த்துப் பையன் வருவான். அடிக்கடி வந்து வாசிச்சுட்டு, அதும் காலில் விழுந்து சேவிச்சுட்டுப் போவான். ரொம்ப அடக்கமான பையன். ரொம்ப நாள் இருந்தான். ஏதோ கொஞ்சம் வித்தையை சம்பாதிச்சுக்கிட்டான். காலேஜில படிக்கிறான். வருவான் பார்க்கலாம்..." கனகம் எழுந்தாள்... 'ஈஸ்வரா' என்று ரேழித்தூணைப் பிடித்துக் கொண்டாள். "ஒரு அனுமானத்துல சமையல் பண்ணி ஆறது பாவம், போட்டதைத் தின்னுட்டு எழுந்திருக்குது. அது, வாய் திறந்து அது சொத்தை, சொள்ளைன்னு ஒரு வார்த்தை பேசி இருக்குமா, இத்தனை வருஷம்...' "எதுக்குப் பெரியம்மா, உங்களுக்குச் சிரமம். துணைக்கு ஒரு பொம்பிளைய வச்சுக்கிட்டா என்ன?" "சொன்னேனே, ஆயிரம் வாட்டி சொல்லி இருக்கேன். எங்களுக்கென்ன சொத்துல குறைச்சலா? சுகத்துல குறைச்சலா. உட்கார்ந்து தின்னாலும் ஏழு தலைமுறைக்கு ஆவுமே. அது நினைச்சா, நூறு பேரை ஏவலுக்கு நிறுத்துமே. நான்தான் ரெண்டு பேருக்கு வேலைக்கு ஒருத்தி எதுக்குன்னு வேண் டாம்னுட்டேன். அது சமையல் பழக்கமே ரொம்ப விசித்திரமா இருக்குமே. புளி சுத்தமா உதவாது. புளிக்குப் பதிலா எலுமிச்சை. மிளகாய் ஆகாது. அதுக்குப் பதிலா

மிளகு. அரை உப்பு, கால் காரம், இனிப்பு சுத்தமா தள்ளுபடி வர்ற சமையல்காரிக்கு இதெல்லாம் புரியறதுக்கே ஆறு மாசம் வேணும். ஆனாலும், அதுக்குள்ளே இது வயித்து வலி வந்து துடிச்சுப் போயிடும். என்னத்த பண்றது சொல்லுங்கோ. வாங்களேன்..... ரொம்ப தொலைவிலேந்து வந்திருக்கீங்க. கொல்லைப்பக்கம் போயிட்டு வரலாம்... மேல, என்ன வாசிக்கிறதுன்னு தெரியுதா? எப்போ வருவாரோ? ஜோன்புரி, மேல் விவகாரம். ஆனா,

அங்கத்தைய சங்கீதம் எல்லாம் தண்ணிபட்ட பாடு . இன்னி தேதியில் இதுதானே இந்த வில்லு வாத்தியத்துல நம்பர் ஒன்று. இதுக்குப் பிறகுதான் இன்னொருத்தன். கேட்டியா தம்பி? இப்ப பயலுக வாசிக்கிறாங்களே, கோதுமைப் பூரி , மைதாப் பூரின்னு, பேசக்கூடாது. அனாதை ஸ்வரம், தறுதலை ஸ்வரம் , ஊர் சுத்தி ஸ்வரம் ஒன்றும் தலை காட்டப்படாது அதுக்கு. அத்தனை கறார். நீ கொடுத்துவச்சவன். அதனாலதான் நான் சொன்ன உடனே, ஒப்புத்துக்கிட்டாச்சு. உன் அதிர்ஷ்டம் தான். எப்பேர்ப்பட்ட கை, அரியக்குடிக்கு பன்னெண்டு வயசுல பக்கத்துல உக்காந்த கை. மதுரை மணி என்ன, ஜி.என்.பி. என்ன, மகாராஜபுரம் என்ன, சித்தூரார் என்ன, சோமு அண்ணன் என்ன... எல்லாப் பெரிய வித்வாங்க எல்லாம் அடக்க ஒடுக்கமா பாட வச்ச கை. இன்னி தேதியில், அதுக்கு வணங்கின வில்லை, இன்னொருத்தன் நிமித்த முடியுமா? இனிதான் பிறக்க வேணும்... வாங்கோ, கொல்லைக்குப் போவோம்..."

கொல்லையில் நாரத்தை, முருங்கை, மாதுளை என்று சில மரங்கள். தூரமாய் இருந்த குளியல் அறையைக் காட்டினாள் கனகம். வேதமும், பையனும் ஒருவர்பின் ஒருவராகப் போய் வந்தார்கள். வரும்போது, ஒரு காட்சி வேதத்தை மிகவும் கவர்ந்திருந்தது. முருங்கை மரத்துக் கிளையில், ஒரு செருப்பும், விளக்குமாறும் மாட்டி இருந்தது. கயிற்றின் ஒரு பக்கம் செருப்பும், மறுபக்கம் விளக்குமாறும், மாலை மாதிரி முருங்கைக் கிளையில் மாட்டப்பட்டிருந்தது. "என்ன பெரியம்மா, இது?" என்று புருவம் உயரக் கேட்டாள். "இதுவா? இது, முருங்கைக்கு ரோஷம் ஏற்படுத்தத்தான். வச்சி, பல வருஷம் ஆச்சு. காய்க்கவும் இல்லை . பூக்கவும் இல்லை. யாரோ சொன்னாங்க. இந்த மாதிரி பண்ணுங்கோ, பெரியம்மான்னு. செருப்பால நாலு அடி , விளக்குமாத்தால பூசை போட்டு, அந்தப் பூசை மறக்காம இருக்க, இப்படி செருப்பையும், விளக்குமாத்தையும் தொங்கப் போட்டா. முருங்கை வெக்கப்பட்டுக்கிட்டு, ரோஷப்பட்டுக்கிட்டு பூக்கும். காய்க்கும்னு சொன்னாங்க. நானும், அதைக் கேட்டுக்கிட்டு, அடி மரத்துல நாலு அடியும், விளக்குமாத்துப் பூசையும் கொடுத்தேன். என்ன ஆச்சரியம் பாருங்கோ. அந்த வருஷமே காய்ச்சிருச்சு பாருங்களேன்." மரத்தில் காய்த்துத் தொங்கும் காய்களைப் பார்த்தாள், வேதம். காய்த்துத் தள்ளி இருந்தது மரம். விரல் விரலாகக் காய்கள். நீள நீளமாகத் தொங்கும் ஜடைமாதிரி காய்கள். மரத்தைப் பார்க்கப் பாவமாக இருந்தது வேதத்துக்கு.

"ஸ்நானம் பண்ணுறீங்களா?" "காலமேயே ஆச்சு." "பலகாரம்?" "வர வழியில் ஒரு கிளப்பில சாப்பிட்டோம்." "பையனுக்குத் துணி மணி எல்லாம்..." "டிரங்க் பெட்டியைத் திண்ணையில வச்சிருக்கேன்." "சாதகத்தை முடிச்சுட்டுக் கீழிறங்கட்டும். அப்புறமா மாடியில வச்சிடுவோம்." "பெரியம்மா." "சொல்லுங்கோ ..." "நீங்க பெரியவங்க... உங்ககிட்ட அற்பமா பேசப்படாது.

ஆனாலும் சொல்லிப்புடணும். அவர், என் புள்ளை கண்ணைத் திறந்து வைக்கற குரு. நீங்க குருபத்னி. அவனுக்குத் தாயும் தந்தையுமா இருந்து ரட்சிக்கணும்... மாசா மாசம் அவன் சாப்பாட்டுக்கு என் சக்திக்கு இயன்றதைக் கொடுத்துடறேன்." "பேசப்படாது. சிட்சைக்குப் பணம் வாங்கற நீசபுத்தி அதுக்கு இல்லை . அது சமுத்திரம். ஒரு கை அள்ளிக் குடிச்சுட்டா , சமுத்திரம் வத்திப் போயிடுமா? கலிகாலம்னு சொல்றது இதைத்தான். கல்விக்குக் காசு வாங்கறது. எங்களுக்கு என்னத்தைக் குறைச்சு வச்சிருக்கான் ஆண்டவன். திரண்ட சொத்து. சொன்னேனே, அது ஒரு கடல், பாருங்களேன், ஆங்... அந்த ஸ்வரத்தைக் கவனிச்சீங்களா... பிலஹரியோட உசுரு அது. சித்த, ஒரு எழுத்தை மாத்தி வச்சா, அது பிலஹரியா இருக்காது. வேறு லஹரியா மாறிடும். இது மாதிரி, இந்தத் தலைமுறையில், அதை விட்டா, வேறு யார் இருக்கா? இந்த நிமிஷத்தில், இந்த உலகத்துல அது ஒன்றுதான். நீங்க ஒன்றும் பணம் காசு கொடுக்க வேண்டாம். பட்சம் இருந்தா அது போதும். உள்ளே வாங்கோ.... எங்க மலைக்கோட்டை பிள்ளையானும் இப்படித்தான். பொன்னை கண் எடுத்தும் பார்க்கமாட்டார். இதுவும் அப்படித்தான். அந்தப் பரம்பரைதான்." பையன், தன் இடத்தில் அமர்ந்துகொண்டான். வேதம், கனகத்துக்குச் சமையலில் உதவி செய்தாள். "இப்படித் தனியாக் கிடந்து அல்லாடறீங்களே, பெரியம்மா. அதை நினைச்சாத்தான் என் மனசுக்கு வருத்தமா இருக்கு" "என்ன பண்றது, சொல்லுங்கோ... எனக்கும் ரொம்ப நாள் தள்ளாது. என் உடம்பு எனக்குத் தெரியுதே. அதுக்குள்ளாற சின்னக்குட்டியா ஒருத்தி கிடைச்சா , அவளைத் தயார் பண்ணி, பக்குவம், செய்நேர்த்தியைச் சொல்லிக் கொடுத்துட்டு நான் போய்ச் சேர்ந்துடுவேன். கிடைக்கணும். என் எதிர்பார்ப்புக்கு அவ அமையணும். எனக்குப் பிறகு அது சிரமப்படக் கூடாது. இன்னிக்கு மாதிரி. அது என்னிக்கும் ராஜா மாதிரி கவலைப்படாமே, தலைநிமிர்ந்து தான் உண்டு.வாத்தியம் உண்டுன்னு இருக்கணும். எனக்கு, வேதம்மா, அது நெற்றி சுருங்கினா

பிரபஞ்சன் | 149

என் குலை நடுங்கும். அபசாரம் பண்ணிட்டமோன்னு உசுரு கிடந்து அடிச்சுக்கும். அதுக்கு இணை இருக்கறது கூட எனக்குப் பிடிக்காது. தெரியுமே, ரொம்ப நாளுக்கு முந்தி, அதுக்கு ஒரு அண்ணன் இருந்தார். இப்போ இல்லை . பாவம். நல்ல மனுஷர், தம்பி, நம்ம ரெண்டு பேரும் சேர்ந்து வாசிக்கலாமேடான்னார். ஒருநாள் நான் வேணாம்னுட்டேன். அண்ணனாகட்டும், அப்பாவாகட்டும் இணை வைக்கிறதாவது? அதுக்கு அதுதான்.” “வேதம்மா. உன்கிட்டே சொல்றதுக்கு என்ன? எனக்கு வயிறு திறக்கலை. இத்தனை சொத்து, இத்தனை கியாதி, இத்தனை வித்வத்து இதுக்கு வாரிசைத் தான் தர முடியவில்லை. அதுக்கு இருக்கிற அழகுக்கும் ஆரோக்கியத்துக்கும் நான் பொண்ணு தர்றேன்னு பெரிய பெரிய மனுசர்கள் எல்லாம் வந்தாங்க. படி ஏறப்படாதுன்னுட்டார் இந்த மனுசன். பிள்ளை எனக்கில் லைன்னா, என்ன பண்ணுவீங்க... என் பொண்டாட்டிக்கு மாப்பிள்ளையைக் கொண்டு வருவீங்களோன்னு கேட்டார். அந்த ஜன்மத்துக்கு, நான் எப்படி நன்றி உள்ளவளா இருக்கணும். சொல்லுங்கோ?” வேதம் கண்ணைத் துடைத்துக் கொண்டாள். கூடவே கொஞ்சம் அரிசியும் போட்டு சமைத்து முடித்தார்கள். மாடியில் சாதகம் இன்னும் தொடர்ந்து கொண்டிருந்தது. வெயில், முன் வாசலைக் கடந்து மேலேறிக் கொண்டிருந்தது. இருவரும் திரும்பவும் கூடத்தில் வந்து அமர்ந்தார்கள். “இன்னிக்கு என்னமோ , உற்சாகம் அதிகம் ஆயிட்டாப் போல. பொழிஞ்சு தள்ளியாறது... வரட்டும்.... தவத்தை நாம் கெடுப்பானேன்.’ “வரட்டும். வரட்டும்.... என்ன அவசரம் மாய்ஞ்சு போக...” வாசலில் அரவம் கேட்டது. “அதாரது?” என்றாள் கனகம்.

“நான்தான்.” சொரேல் என்று இருந்தது. “நான்தான்னா...” “நான் தாண்டி உன் புருசன். என்ன கேள்வி இன்னிக்கு?” சாமினாது உள்ளே வந்து வாசலில் இருந்த அண்டாவில் இருந்த தண்ணீரை மொண்டு கால் கழுவிக் கொண்டார். மேலே காவிரித் துண்டும், கீழேயும் காவிரி வேஷ்டியும். அவை காய்ந்து இருந்தன. “நீங்க இப்பத்தான் காவிரியிலேந்து திரும்பலா? அப்படீன்னா, மேல வாசிக்கிறது யார்?” ஒரு கணம் காதில் சங்கீதத்தை வாங்கினார். “நம்ம ராஜகோபாலன்தான்.” அவர், சாவதானமாக மாடிக்குப் போனார். ரெண்டு மணி வெயில் வெகு உக்கிரமாகக் காய்ந்து கொண்டிருந்தது. சாமினாது, மாடி அறை வாசலில் துண்டை விரித்து, தெற்குக் காற்றை வாங்கிக்கொண்டு படுத்திருந்தார். உடம்பைத் தூக்கமாட்டாமல் சுமந்து கொண்டு

மாடிக்கு ஏறி வந்தாள் கனகம். புஸ் புஸ் என்று மூச்சு விட்டபடி ஏறி வந்த அவளைப் பார்த்தார், சாமினாது . “ உன்னைத்தான் மாடிக்கு வர வேண்டாம்னு சொன்னேனே. என்னத்துக்கு சிரமப் படுத்திக்கிறே அவசரம்னா, கூப்பிட்டா நானே வருவேனே..’ அவள் அவர் பக்கத்தில் அமர்ந்தாள். கனகத்துக்கு இன்னும் இரைத்துக்கொண்டே இருந்தது. அவர் அவளை ஆதுரம் தோன்றப் பார்த்தார். “என்னம்மா?” “ஒரு வரம் உங்களைக் கேட்கிறேன்.” சாமினாது சிரித்தார்.

“நான் தசரதன் இல்லை.” “நானும் கையேயி இல்லை. உங்க பாரியாள். உங்ககிட்ட இதுநாள் வரைக்கும் ஏதாச்சும் நான் கேட்டிருக்கேனா?” “இல்லை.”

“யோசிச்சுச் சொல்லுங்கோ.”

“இல்லை.” “புடவை, நகை, அது இதுன்னு தொந்தரவு பண்ணி இருக்கேனா?” “இல்லை.” “உங்களுக்கு, இதுநாள் வரைக்கும் விசுவாசமா இருந்திருக் கேன்னு ஒப்புக்கிறீங்களா?” “அதுல என்ன சந்தேகம். என் தோலை செருப்பா தைச்சு...” “பெரிய வார்த்தை வேணாம். எனக்கு ஒரு வரம் வேணும்.” “சொல்லு.” “இனிமே யாருக்கும் நீங்க வித்தை சொல்லி வைக்கப்படாது.” சாமினாது சடக்கென்று எழுந்து அமர்ந்தார். “என்னடி சொல்றே?” “சொல்லுங்கோ... நான் கேட்ட வரத்தைத் தருவீங்களா, மாட்டீங்களா?” கனகம், தன் முகத்தை மூடிக்கொண்டு அழுதாள். கேவிக் கேவி அழுதாள். கண்ணீர் அவள் மேல் புடவையை நனைத்தது. உருகி உருகிக் கரைந்தாள். “எதுக்குடி, என்ன காரணம்?” “காரணம் சொல்லமாட்டேன். தருவீங்களா, மாட்டீங்களா? என் நினைவு தெரிஞ்ச நாளா, உங்களுக்கு மனசு நிறைஞ்சு, என்னை நானே அர்ப்பணம் பண்ணிக்கிட்டு பதிசேவை செய்தது நிஜம்னா, நான் கேட்டதைக் கொடுங்கோ... என் வாழ்க்கை பூரா, ஊசி வழி நூல் மாதிரி உங்களுக்காக நான் வாழ்ந்தது சத்தியம்னா, இதுக்கு பர்த்தியா எனக்கு ஏதேனும் தரணும்னு உங்களுக்குத் தோணிச்சின்னா, எனக்கு இந்த வரத்தைக் கொடுங்கோ .... நான் இருக்கிறவரைக்கும், நான் செத்த பிறகும், யாருக்கும் சொல்லிக் கொடுக்கிறதில்லைன்னு எனக்கு சத்தியம் பண்ணிக் கொடுங்க...” சாமினாது சில நிமிஷங்கள் குனிந்து தரையைப் பார்த்துக் கொண்டு இருந்தார். “என்ன யோசனை?” “இது தருமமாடி?” “எனக்கு ஒரு தர்மம் இருக்கு. அதன்படி இது சரி.” “தர்மத்திலே உன் தர்மம், என் தர்மம்னு இருக்கா கனகம்?”

"இருக்கு சாவித்ரி தர்மமும், எமனோட தர்மமும் அவங்களுக்குச் சரி. மார்க்கண்டேயனைக் காப்பாத்த சிவனுக்குள்ள தர்மமும், அவன் உயிரை எடுக்க எமனுக்குள்ள தர்மமும் ஒண்ணா ?" "நான் மனுஷம்மா. கை நீட்டி பிச்சைன்னு யார் கேட்டாலும் நான் போட வேணும்டி. நான் குரு. எனக்கு அதுதான் தர்மம்." "வரம் கொடுப்பீங்களா, மாட்டீங்களா?" "கனகம், உன்கிட்ட இருந்த அற்புதமான மனசு எங்கே போச்சு? பேயா பேசாதே. என்கிட்ட சிட்சைக்கு வந்த பையனுங்க வேஷ்டியை துவைப்பவள் என் கனகம். நீயா இப்படிப் பேசறது! என்ன காரணம், அதையாவது சொல்லு?" "மாட்டேன். அதை மட்டும் சொல்ல மாட்டேன்." "என்னடி இது. என்னை வருத்தப் படுத்தறயே. என் குரு இப்படிப் பண்ணி இருந்தா சாமினாதன் ஏதுடி? பாவத்தைப் பண்ணச் சொல்றயே." "சரி, இஷ்டம் இல்லேன்னா விடுங்க. என்மேல உங்களுக்குள்ளே இருந்த பட்சம் தெரிஞ்சுடுச்சு. நான் உங்களுக்கு நம்பகமான வேலைக்காரி, கூலி கேட்காத வண்ணாத்தி, காசு கேட்காத தாசி. அப்படித்தானே நினைக்கிறீங்க....? சரி, நான் புறப்படறேன்."

"கனகம், என்ன பேச்சு இது? ஏன் இப்படி இம்சிக்கிறே?"

"நானா, நீங்களா?"

"என்ன கனகம், இப்படியெல்லாம் உன்னால எப்படிப் பேச முடியறது?"

"உங்களாலே முடியுதே, பேச என்ன இருக்கு. ஒன்பது வயசுல, ஒரு கையிலே வாழைப்பழம் தின்னுக்கிட்டு, மறுகையால உங்கள் கையைப் பிடிச்சுக்கிட்டு உங்களோட வாழ வந்தேனே, அதுக்கு நீங்கள் காட்டுகிற பாராட்டு ரொம்ப நல்லா இருக்கு அம்மா முகம் மறந்து, அப்பா ஊருக்குப் போகிற பாட்டையை மறந்து உங்களோட ஜீவிச்சேனே, அதுக்கு நீங்கள் காட்டுகிற அபிமானம் இது, பேஷ், ரொம்ப நல்லா இருக்கு. ரெண்டு உருவாகி, ரெண்டும் பிண்டமா கலைஞ்சி, ரத்தமா கொட்டின போதும், உங்களுக்குப் பிள்ளை பெத்துத் தரணும்னு முந்தி விரிச்சேன், அதுக்கு நீங்க காட்டுகிற அன்பு இது. யாரோ சொன்னான்னு, தரையில சோறு போட்டுத் தினனா புள்ளை பிறக்கும்னு தெரிஞ்சு, மண் சோறு தின்னேனே, அதுக்கு நீங்க பலே சொல்ற விதம் ரொம்ப நல்லா இருக்கு. மலைக்கோட்டை பிள்ளைவாள் வம்சம்! நல்லா இருக்கட்டும். நான் பொம்பளை, நான் ஒரு முட்டுக்கட்டை என் அத்து எனக்கு விளங்கலை. பாருங்கோ, நான் ஒரு ஜடம்.

பிணம்...” “கனகம், நீயே உன்னை இப்படி நொந்துக்கலாமோடி, உனக்கு என்னதான் வேணும்?”

“யாருக்கும் இனிமே பாடம் சொல்றது இல்லைன்னு எனக்கு சத்தியம் பண்ணித் தரணும்.” “சரி, தர்றேன். அதோ எரிஞ்சுண்டு போறானே அவன் சாட்சியா, பூதங்கள் சாட்சியா, இனி இந்த க்ஷணம் முதலா, யாருக்கும் எதையுமே கொடுக்கமாட்டேன், திருப்திதானே...?” “ரொம்ப சரி, சந்தோஷம். மகராஜனா இருங்க, எனக்கு இது போதும் ராசா.”

முக்கி முனகி எழுந்தாள் கனகம், “நான் கீழே போறேன். நீங்க் சித்தே சிரமபரிகாரம் பண்ணிட்டு காபிக்கு வாங்கோ, ரொம்ப சந்தோஷமா இருக்கு. என் ராசா, நீ நல்லா இரு.’

அழுதாள்,

அழுதுகொண்டே கீழே இறங்கினாள்.

விக்கித்துப் போய், அவளையே பார்த்துக் கொண்டிருந்தார் சாமினாது.

வெயில் மகா உக்ரமாகத்தான் இருந்தது.

‘இந்தியா டுடே’ வார இதழ்

நீயும் நானும் வேறு வேறு

இன்றைக்கு என்ன இந்தக் கடல் இப்படிக் கொந்தளித்துக் கூச்சல் போடுகிறது. கண்ணாடிச் சீசாவில் அடைத்த தவளைபோலத் தவ்வித் தவ்வித் தத்தளிப்பதைப் பாரேன். தேங்காய் திணித்த மூட்டை மாதிரி முண்டும் முடிச்சுமாய் இருட்டு. சாலை முழுக்கச் சிந்திக் கிடக்கிறதைப் பார். பாதை இருட்டு, காலை இடறிவிடும்போலத் தோன்றுகிறதே. சவத்தைச் சுற்றிய கறுப்புப் போர்வை மாதிரி இருட்டு சுரண்டும் நீண்டும், கிடப்பதைப் பார். ஏதோ என் ஜாக்கெட் புடவைக்குள்ளும் உன் சட்டை பேன்ட் பைக்குள்ளும் எறும்புகள் மாதிரி இருட்டு ஊர்ந்து செல்வது உனக்கு உறைக்கலையா? என்ன சிரிப்பு. உன் காதுகளின் வழியாகக்கூட இருட்டு வழிகிறது உனக்குத் தெரியவில்லையா? நம் பேச்சில் அந்த சப்த தாதுக்களின் பின்னஙகளில், சொற்களில், எழுத்துக்களில், எழுத்துக்களின் மூலாதாரமான உந்திச் சுழியிலிருந்து எழும் அணுத் திரள்களிலும் பல் இடுக்கின் வழி கசியும் இரத்தம் மாதிரி இருள் வழிவதைக் கண்டதில்லையா நீ?

போன வாரம், நாலைந்து நாட்களுக்கு முன் ஒரு சாயங்காலம் ஜன்னல் கட்டையில் ஓர் அணில் சாவதானமாக உட்கார்ந்து ஊன்றுகோலின் வளைவைப்போல் வாலைச் சுழித்து எதையோ கொறித்துக்கொண்டு ஓடிப் போனதற்குப் பிறகால் ஐந்து நிமிடம் கழித்த ஒரு கணத்தில், நான் ஏதோ பேசினதுக்கு, சும்மா இரேன் ஓயாமல் என்னைத் தொந்தரவு படுத்தாதே என்றாய். உத்தரத்தின் கல்

ஒவ்வொன்றாய்ப் பெயர்த்து என்னை மூடியது மூர்த்தி. என்மேல் ஒரு கூடை கவிழ்ந்தது. கூடைக்குள் நான் கோழிக்குஞ்சு. அந்த இருட்டு வட்டத்துக்குள் நான் அஞ்சி அஞ்சி சுற்றிச் சுற்றி வந்தேன். சின்ன வயதில் நான் ஏதேனும் சண்டித்தனம் செய்தால், அப்பா என்னை இருட்டு அறைக்குள் போட்டுப் பூட்டி விடுவார். நான் பயந்து அலறுவேன். இருட்டு என்றால் பேய்கள், பிசாசுகள், அந்த அறையில்தான் வேப்பம் பேய் குடித்தனம் நடத்துவதாக நான் நம்பினேன். அங்கிருந்த வேப்பங் கொட்டைகள் பேய்கள் தின்று போட்டவை. பேய்களுக்குக் காய்க் கசப்பு மிகவும் பிடிக்கும். வேப்பம் பழங்கள் அவைகளுக்குப் பிடிக்காது. உன் வார்த்தைகள் என்னைச் சுற்றிச் சுவர் அமைத்து அந்த இருட்டுக்குள் அடைத்துப் போட்டது.

வார்த்தைகள் ஒரு காலத்தில் மணத்தன. வார்த்தைகள் நாறவும் செய்யும். அப்படித்தான் தோன்றுகிறது. வார்த்தைகள் குழந்தையைக் கடந்து, வாலிபம் ஆகிப் பின் கிழண்டு விடுமா? வார்த்தைகள் நரைத்து நடுங்குமா? ஆமாம் நடுங்கும். நடுங்கின. ஒரு நிமிஷம், யாரோ என் செல்லுக்கு வருகிறார்கள். வணக்கம் சுமதி, ஆங், அப்படியா? ம்., ம்... கவலை வேண்டாம். நாளை காலை பதினோரு மணிக்கு எங்கள் டெக்னீஷியன் உங்கள் வீட்டுக் கதவைத் தட்டுவார். உறுதி. சரிதானே? என்னை அழைத்தமைக்கு நன்றி. வணக்கம். மூர்த்தி என்ன சாப்பிடறே? காபி போதுமா? நான் தோசை சாப்பிட்டுக்கிறேன். எனக்குப் பசி, மதியம்கூடச் சாப்பிடலை. நேரமே ஒழியலை.

அப்புறம் மூர்த்தி, வார்த்தைகளைப் பற்றிச் சொல்லிக் கொண்டிருந்தேனே. வார்த்தைகளுக்கு வர்ணம் உண்டு தெரியுமா? எனக்கு அப்படித்தான் தோணுது. அப்போதெல்லாம் என்னிடமும் உன்னிடமும் நிறைய வார்த்தைகள் இருந்தன. கடல் ஓரம் பொறுக்கிய கிளிஞ்சல்கள் மாதிரி சிவப்பு, மஞ்சள், நீலம், பச்சை, மாதிரி அடர்ந்ததாய் நிறங்கள். உன்னிடமும்கூட அவற்றைப் பொறுக்கிச் சேகரித்து, ஒருவர் மேல் ஒருவர் வீசி விளையாடுவோம். என்ன சுவாரஸ்யமான விளையாட்டு. சின்னச் சின்னக் கூழாங்கற்கள் போன்றவை சொற்கள். கூழாங்கல் அந்த மழமழப்பைப் பெற எத்தனை ஆண்டுகள் உருண்டு புரண்டிருக்கும். வார்த்தைகளும் அப்படித்தான். சொற்கள் மாதிரி அர்த்தம் கொண்டவையும் அர்த்தம் இல்லாதவையும் வேறு இல்லை.

அப்போதெல்லாம் இந்தக் கடற்கரை உணவு விடுதிக்கு நாள்தோறும் வருவோம். உணவுக்காக இல்லை. உணவால் மட்டும்தானா வாழ்க்கை? இந்தக் கடலுக்கும், மணலுக்கும், காற்றுக்கும் இந்தச் சூழலுக்கும் சுற்றுச் சுவர் மேல் வந்து உட்காரும் காக்கைகளுக்காகவும்தான். பகலும் இரவும் சந்திக்கும் அந்த மயக்க மாலைக் குளியலுக்கும்தான். அப்போதெல்லாம் நீ குறிஞ்சி நிலத்தில் இருந்தாய். மலைப் பூக்களில் குறிஞ்சியும் தேனும், தினையும், சாமையும், வரகும், எனக்கென எடுத்துக்கொண்டு எனக்கெனத் தழையாடையும் பூக்களால் தொடுத்த மாலையும் கொண்டு வருவாய். நாயும் பேயும், புலியும், பாம்பும் இயல்பாகச் சஞ்சரிக்கும் இரவு வேளைகளில் என்னை மட்டுமே சுமந்து, நானே பொருட்டாக ஆபத்துக்களை உதறி வருவாய். அப்போது நான் நெய்தல் மலர்கள் அதிகம் மலரும் சுடவிடத்தே வாழ்ந்தேன். அப்போதுதான் திரண்ட இலவம் காய்களைப்போல என் ஸ்தனங்கள் துருத்தியிருந்தன. என் சிலம்புகள், சிறகில்லாத கிளிகள்போல என் பாதங்களைச் சுற்றிக்கொண்டு, நான் பேசியதையும் பேசாததையும் எதிர் ஒலித்துக்கொண்டிருந்தன. உன் தழையாடை என் முழு மேனியையும் மறைத்தும் மறைக்காமலும் நீயே என்னைச் சுற்றியது மாதிரி என்மேல் படிந்திருக்கும். மீன் மணமும் கருவாட்டு வாசனையோடும் கூடிய என் சொற்கள் உனக்குச் சுகந்தம் தருவதாய் நீ சொன்னாய்.

உனக்கு நினைவிருக்கிறதா? மறந்து போயிருக்கலாம். நாம் முல்லைக் காடுகளில் முல்லைத் தேனைச் சேகரித்துக்கொண்டு அலைந்தபோது அரசின் ஆணைவழி நீ வெட்சிப் போருக்குப் போகும் கட்டாயம் வந்தது. நம் முதல் பிரிவு அதுதான் என நினைக்கிறேன். போர் ஊழியத்தில் சிறிது காலத்துக்குப் பிறகு உனக்குச் சலிப்பு ஏற்பட்டு விட்டது. முகம் தெரியாத மனிதர்களோடு என்ன யுத்தம்? காரணமற்ற போரில் நீ சலிப்படைந்தாய். போர்க்களத்தை விட்டு நீ தங்கிவிட்டாய். அதன் பிறகு உன்னை நம்மூர் பரத்தையர் சேரியில் பார்த்ததாக என் தோழர்கள் சொன்னார்கள். உன் போர் ஆவேசம் அங்கு கரைந்தது போலும். அல்லது உன் பிராயச்சித்தம் அங்கு நடந்திருக்கும் போலும். ஒரு யுத்தப் பிரவேசத்துக்குப் பின், உன் தொடர் நடவடிக்கை எனக்கு ஆச்சர்யம் தரவில்லை. இயற்கையாகவே நீ நடந்துகொண்டாய். அவ்வை ஒரு நாள் அதியனோடு இந்தப் பக்கம் வந்தாள். அப்போது நான் முல்லை மொட்டுகளைச்

சேகரித்துக்கொண்டிருந்தேன். உன் கூழாங்கற்களை நீ நிறைய செலவழிக்கிறாய் என்று சொல்லிவிட்டுப் போனாள் அவள்.

உன் அலுவலகத்தில் யாரோ களவு செய்யப் பழி உன்மேல் வந்து சேர்ந்தது. உன்னைக் கள்வன் என்றது அரசு. உன் பழியைத் துடைத்தெறிய நான்தான் போராட வேண்டி வந்தது. என் போரில் நான் வென்றேன். அப்போதுதான் அறவண அடிகளைச் சந்திக்கும் வாய்ப்பு கிடைக்கப் பெற்றேன். நான் பைத்தியமானது அப்போதுதான். கொஞ்ச காலம் துறவிகளுடன் சுற்றினேன். எனக்குத் துறவில் அலுப்பேற்பட்டது. எல்லாவற்றையும் எல்லாரையும் நேசிக்கக் கற்றுத் தரவில்லை சமயத்துறவு. என்னைத் துறக்காமல் யாரை, எதை நான் பெற முடியும்? வெகு சீக்கிரம், என்னை நான் மீட்டுக்கொண்டேன். உன்னை எதிர்பார்த்துக்கொண்டு இல்லத்தில் இருந்தேன். காத்திருத்தலில் நான் களைத்துப் போனேன். யாருக்காகவும் எதற்காகவும் காத்திருப்பது என்னைத் தாழ்த்தியது. முட்டையை உடைத்துக்கொண்டு வெளியே வந்தேன்.

நான் மிகவும் களைத்துப் போய்விட்டேன் மூர்த்தி. நீங்கள் எல்லாம் பள்ளிக்கூடம் போனீர்கள். கல்லூரிக்குச் சென்றீர்கள். நான் வெகு காலம் காத்திருக்க வேண்டி இருந்தது. முதன் முதலாகக் கல்லூரிக்குச் சென்றபோது என் தெருப் பெண்கள், பதின்மூன்று பதினான்கு வயதில் இடுப்பில் குழந்தையுடன் நிற்பார்கள். “போகிறாள் பார். தடிக்கழுதை வயசில் படிக்கப் போறாளாம். யாரை மயக்கப் போகிறாளோ?” என்று என்னைப் பார்த்து நேரிடையாகச் சொல்வார்கள். பெண்ணைக் கல்லூரியில் சேர்த்துக்கொள்ளலாமா, கூடாதா? என்று விவாதமே அந்தக் காலத்தில் நடந்தது என்றால் பார்த்துக் கொள்ளுங்களேன். படித்தும் ஒரு வேலைக்குப் போக எத்தனை பாடு.

போகட்டும் மூர்த்தி, என் களைப்பை நீ புரிந்து கொள்வாய் இல்லையா? நாம் ஒரு கூரையின் கீழ் சேர்ந்து வாழ்வது என்று முடிவெடுத்தபோது, மகிழ்ச்சியுடன் அவ்வாறே செய்தோம். அப்போது நம் கூரை சிமெண்ட் தளத்தால் ஆனது. அந்தக் கூரை அது அப்போது மிகவும் உயரமாகவே இருந்தது. அங்கிருந்த ஒரு நீண்ட கம்பியின் உதவியால் மின்விசிறி கீழ் இணைக்கப்பட்டுச் சுற்றியது. நீ பணியில் இரண்டு முன்னேற்றங்களை அடைந்தாய். நானும்தான். தீபாவளி அல்லது பொங்கலின்போதும் நம் பிறந்த நாட்களின்போதும் நாம் புது உடைகளை, ஒருவருக்கொருவர்

அன்பளிப்பாகத் தந்துகொண்டோம். நாம் புதிதாக ஓர் அலமாரி வாங்கினோம். அதில் நம் ஆடைகளை ஒழுங்காக அடுக்கி வைத்தோம். ஆடைகள் நிறையவே சேர்ந்தன. நம்மிடம் பழைய ஆடைகளை இன்னும் புதுமை மெருகு குலையாத ஆடைகளையும் அவை தேவைப்பட்டோர்க்கு மகிழ்ச்சியுடன் கொடுத்து இன்பம் எய்தினோம். நிறைய பயணங்களை மேற்கொண்டோம். புதிய புதிய மரங்களை, வெளிகளை, ஆறுகளைப் பார்த்து மகிழ்ந்தோம். சோழர் காலத்திலிருந்து வற்றாத காவிரியில் குத்துச் செடிகள் முளைத்து, படர்ந்து கட்டாந்தரை நீர் ஓடும் பாதையில் நிமிர்ந்து கிடப்பதைப் பார்த்து நாம் விசனம் எய்தியது எல்லாம் நாம் வாழ்ந்ததுக்கு அடையாளம் அல்லவா?

இயற்கையை நம் வீட்டுக்குள் அழைக்கும் முகமாக, இரண்டு செடிகளை நாம் வளர்த்தோம். என்ன செய்வது? நமக்கு மண் இல்லை. மண் நம்மிடம் இல்லை. ஆகவே தோட்டம் போட முடியவில்லை. மரம் வளர்க்க இயலவில்லை. இரண்டு செடிகளையும் நீரூற்றிச் சேர்ந்தே வளர்த்தோம். அவை நம் செடிகள் அல்லவா? உன் செடியை, ராஜா என்றும் என் செடியை ராணி என்றும் பெயர் வைத்து அழைத்தோம். பெயர்தான் வேறு வேறே தவிர, செடிகள் நம்முடையவை. ஒரு மண்ணிலிருந்து வளர்பவை அல்லவா? ஆனால், நாளாக நாளாக ராஜா மட்டும் செழித்து, உயரத்திலும் அடர்த்தியிலும் விகசித்து வளரவும், ராணி மட்டும் சோர்ந்து, தயங்கி, ஸ்தம்பித்து நின்று, ராஜாவின் பாதியளவுகூட வளராமல் போனமைக்குக் காரணம் என்ன?

நம் அறை நமக்குப் பிடித்த, மிகவும் பிடித்த இடமாக இருந்தது. அங்குதான் நாம் வார்த்தைகளாலும், உடம்பாலும் பிரியத்தாலும் நம்மை நாம் பகிர்ந்துகொண்டோம். அப்போதெல்லாம், நம்மை நாம் அறிவதும் மேலும் அறிவதும், புரிந்து கொள்வதும் ஆக இரவுகளையும், பகல்களையும் பயன்கொண்டோம். நித்தமும் நாம் மற்றவர்க்குப் புதுசாக இருந்தோம், உனக்கு நானும் எனக்கு நீயும் புதுசாக. உன்னிடம் நிறையக் கூழாங்கற்களும், சிப்பிகளும், கிளிஞ்சல்களும் இருந்தன. என்னிடமும் நிறைய அவற்றைச் செலவிட்டோம். நாம் நிறையப் பேசினோம். பேசாமல் இருந்தபோதும் பேசிக்கொண்டிருந்தோம். எதைக் குறித்தும் பேசினோம். வானத்தில் கீழ் உள்ள எதைக் குறித்தும், சுவரில் நாம் விரும்பிப் பூசிய பச்சை வண்ணம் பேசியது. பேசினோம். சுவர் அலமாரிப் புத்தகங்கள் ரேடியோ, எல்லாமும், எல்லாரிடமும் பேசினோம். சாயங்கால நேரத்தில் வந்து போகும் அணில்,

காலைகளில் நம்மைப் பார்க்க வரும் காகங்கள், எதிர்வீட்டு ஜன்னல் மறைப்பில் மதியம் இரண்டு மணி முதல் நான்கு மணிவரை வந்து தங்கும் அந்த இரட்டைப் புறாவுடன் பேசினோம். நம் கூழாங்கற்கள் தீர்ந்து குறையக் குறையப் பேசினோம். இந்தச் சமயத்தில்தான் நம் கூரை, அதன் உயரத்திலிருந்து கொஞ்சம் கொஞ்சமாகக் கீழ் இறங்கியதை நாம் கவனிக்கத் தவறினோம். ஒருவேளை, அதுவே நம் விருப்பமாக இருக்கக்கூடும். உயரப் பார்க்கும் விதத்தில் இருந்து அது, நம் தலைக்கும் நாலடிக்கும் மேலே, இரண்டடிக்கு மேலே இறங்கி வரும்போதுதான் நமக்கு உறைத்தது. நம் கூரை நம் தலையை நெருங்குவதாகத் தோன்றத் தொடங்கியது.

ஆம், அந்த இரவுதான், எனக்கு அது புரிந்தது. நாள், தேதி எதுவும் நினைவில்லை. அன்று பவுர்ணமி என்பது மாத்திரம் தெரிகிறது. இருவரும் அருகருகே படுத்துக்கொண்டிருந்தோம். நீ கண்களை மட்டும் மூடி இருந்தாய். நான் உத்தரத்தையே பார்த்துக்கொண்டிருந்தேன். நாம் இரண்டு பேராய் இருந்தோம். நான் மற்றும் நீ, சுமதியும் மூர்த்தியும், சுமதியாகிய நானும் மூர்த்தியாகிய நீயும், சுமதி என்கிற கீழ் மத்தியதரக் குடும்பத்தில், இரு வாரத்துக்கு ஒரு முறை மட்டன் அல்லது சிக்கன் எடுப்பதை ஒரு திருவிழாவாகக் கொண்டாடும் குடும்பத்தில் பிறந்து படித்து இன்று இப்படி ஆகி இருக்கிறேன். வேரும் எங்கோ எப்படியோ உன் குடும்பமும் என் குடும்பமும் உறவன்று, உன் பெற்றோர்கள் என் பெற்றோர்களை அறிந்திலர். நானும் நீயும் முன்னர் அறிந்திருக்கவும் இல்லை. ஆனாலும் ஒரு சமயத்தில் இணைந்தோம். சேர்ந்து வாழ்ந்தோம். இதை நீடித்துக்கொள்ள வேண்டாமா? என்ன நிர்ப்பந்தம்? படுத்துக்கொண்டிருந்த நான் உன்னைத் திரும்பிப் பார்த்தேன். அந்தக் கணம் நீதான் பார்த்தே இராதே சந்தித்தே இராத, பரிச்சயமே இராத ஒரு அன்னியன்போலக் காணப்பட்டாய். திடுக்கிட்டு, எழுந்து அமர்ந்தேன். ஓர் ஆணும், பெண்ணும் என்றுமே இணைந்து சேர்ந்து வாழ்தல் சாத்தியமா? இணைந்து இருப்பது இயற்கையாக எனக்குத் தோன்றவில்லை. தனித்து இருப்பதுதான் இயற்கையாக எனக்குத் தோன்றியது. மழையும் செம்மண்ணும் கலந்தால் இரண்டுமே மாற வேண்டி இருக்கிறது. இரண்டுமே தன் சுயத்தை இழக்க வேண்டி இருக்கிறது. ஏன் இழக்க வேண்டும்.? தனித்தனியாக இருந்துவிட்டுப் போகட்டுமே? என்ன நஷ்டம்? யாருக்குத்தான் என்ன நஷ்டம்?

அறையை ஒட்டிய பால்கனியில் வந்து நின்றேன். என் முன் உலகம் விரிந்து கிடந்தது. அதன் அகண்டாகாரத்துக்கு முன் நம் அறை சிறுத்துப் போய்க் கிடந்தது. எனக்கு முன் விரிந்து படர்ந்து கிடக்கும் வானத்தைப் பார்த்தபோதுதான், முதன் முறையாக அதன் சொரூபம் எனக்கு விளங்கியபோதுதான், எனக்கு இறக்கைகள் இருப்பதையே நான் உணர்ந்தேன். எனக்கு என்னை ஞாபகத்துக்கு வந்துவிட்டது. உனக்கும் நீ மறந்து போனது நினைவுக்கு வரவேண்டும் என்று ஆசைப்படுகிறேன்.

ஆகவே நாம் பிரிந்துவிடலாம்தானே? அதுதானே நமக்கு நல்லது. சரி, மூர்த்தி நாம் தனித்தனியாக வாழப்போகும் வாழ்க்கையைப் பற்றி பேசுவோமா?

கடல் கொந்தளித்துக்கொண்டேதான் இருந்தது.

2006